நடைவண்டி

பிருந்தா சாரதி

நடைவண்டி
25 ஆண்டுகள்
(1992-2018)

டிஸ்கவரி புக் பேலஸ்

கே.கே.நகர் மேற்கு, சென்னை - 600 078.
(பாண்டிச்சேரி கெஸ்ட் ஹவுஸ் அருகில்)
Ph: 044 - 4855 7525 Mobile: +91 87545 07070

நடைவண்டி (கவிதைகள்)
ஆசிரியர்: பிருந்தா சாரதி©

Nadavandi (Poems)
Author: Brinda Sarathi©

First Edition: Jan - 2019
Pages: 96 - ISBN: 978-93-86555-92-2

Published by :
Discovery Book Palace (P) Ltd,
6, Mahaveer Complex, Munusamy Salai,
K.K.Nagar West, Chennai-600 078.
Ph: +91 44 48557525
Mobile: +91 87545 07070

E-mail: discoverybookpalace@gmail.com,
Website: www.discoverybookpalace.com

Rs. 100

இந்த நூலில் பிரசுரமாகியுள்ள எந்த ஒரு பகுதியையும் பதிப்பாளரின் எழுத்துபூர்வமான முன்அனுமதி பெறாமல் எடுத்தாள்வதோ, மறுபிரசுரம் செய்வதோ, மொழியாக்கம் செய்வதோ, அச்சு மற்றும் மின்னணு ஊடகங்களில் மறுபதிப்பு செய்வதோ, காப்புரிமை சட்டப்படி தடை செய்யப்பட்டுள்ளது. இந்த நூலிலிருந்து குறிப்பிட்ட பகுதிகளை மேற்கோள்காட்டி புத்தக விமர்சனம் செய்ய, ஊடகங்களுக்கு மட்டும் அனுமதி உண்டு.

உங்கள் மொபைல்
போனிலிருந்து ஸ்கேன் செய்து
டிஸ்கவரி புக் பேலஸின்
மொபைல் ஆப்பை டவுன்லோடு
செய்து, அனைத்துப் பதிப்பக
புத்தகங்களையும் வாங்குங்கள்.

என் உறக்கத்திற்காக
அம்மா பாடிய தாலாட்டுகளுக்கும்

என் விழிப்பிற்காக
அப்பா பாடுகிற 'பாட்டு'களுக்கும்

பிருந்தா சாரதி வாழ்க்கை குறிப்பு

பிருந்தா சாரதி எனும் புனைபெயரில் எழுதிவரும் நா.சுப்பிரமணியன். 1965ஆம் ஆண்டு கும்பகோணத்தில் பிறந்தவர். பெற்றோர் சுப. நாராயணன் ருக்மணி. இவருக்கு மதுரை மாவட்டம் மேலூர் அருகேயுள்ள சண்முகநாதபுரம் கிராமம், பூர்வீகம்.

கும்பகோணம் அரசினர் ஆடவர் கல்லூரியில் இயற்பியலில் இளம் அறிவியல் பட்டமும், மதுரை காமராசர் பல்கலைகழகத்தின் அஞ்சல்வழிக் கல்வியில் முதுகலை தமிழ் இலக்கிய பட்டமும் பெற்றவர்.

‘கல்கி’ பொன்விழா கவிதை போட்டியிலும் கம்பன் கிழகம் நடத்திய அனைத்து கல்லூரி கவிதைப் போட்டியிலும் தமிழ்நாடு அளவில் பரிசு பெற்றவர். 1992ஆம் ஆண்டு இவரது முதல் கவிதை நூலான ‘நடைவண்டி’ வெளியானது.

நடிகர் நாசர் இயக்கிய ‘அவதாரம்’, ‘தேவதை’ இயக்குநர் என்.லிங்குசாமி இயக்கிய ‘ஆனந்தம்’ மற்றும் கவிஞர் வைரமுத்து இயக்கிய ‘கவிதை பாருங்கள்’ என்ற கவிதைகளைக் காட்சிப்படுத்தும் தொலைக்காட்சித் தொடர் ஆகியவற்றில் உதவி மற்றும் இணை இயக்குநராகப் பணியாற்றியவர்..

2003ஆம் ஆண்டு ‘தித்திக்குதே’ என்ற திரைப்படத்தை இயக்கிய இவா, இயககுநா என. லிஙகுசாமி இயககததில வெளிவநத ‘ஆனநதம’, ‘பையா’, ‘வேட்டை’, ‘அஞ்சான்’ ஆகிய திரைப்படங்களுக்கு உரையாடல் எழுதியுள்ளார்.

உலகத் தமிழாராய்ச்சி நிறுவனம் 2007ஆம் ஆண்டு வெளியிட்ட ‘TAMIL POETRY TODAY’ எனும் புதுக்கவிதைத் தொகை நூலில் இவரது ‘ஊமை’ என்ற கவிதை ஆங்கிலத்தில் மொழி பெயர்க்கப்பட்டு சேர்க்கப்பட்டுள்ளது.

இவரது ‘ஞாயிற்றிக்கிழமை பள்ளிக்கூடம்’ கவிதைத் தொகுதி 2016ஆம் ஆண்டுக்கான ஜெயந்தன் படைப்பிலக்கிய விருதையும், ‘மீன்கள் உறங்கும் குளம்’ 2017ஆம் ஆண்டுக்கான அகில இந்திய தமிழ் எழுத்தாளர் சங்கத்தின் சிறந்த ஹைக்கூ கவிதை நூலுக்கான முதல் பரிசையும் பெற்றது. எண்களைத் தலைப்பாகக் கொண்ட ‘எண்ணும் எழுத்தும்’ கவிதை நூல் படைப்பு விருது (2017) பெற்றது இவரது மற்றொரு கவிதை நூல் ‘பறவையின் நிழல்’ நூறு காதல் கவிதைகள் கொண்டது.

brindasarathi@gmail.com
Facebook/ Brindasarathy

சூரியன் இவருக்கு ரொட்டித் துண்டு

கவிஞர் இந்திரன்

வெளியே நல்ல மழை. ஒரே சீராகப் பெய்யும் மழையின் சத்தம் ஒரு மௌனத்தைப் போல் கவிந்திருந்த ஒரு மழை நாளில் வீட்டுக்கு வந்தார் பிருந்தா சாரதி.

''சிலபேர்தான் மழையை ரசித்து நடக்கிறார்கள். மற்றவர்கள் நனைவதோடு சரி'' என்று ரோஜர் மில்லர் சொன்னது என்னவோ உண்மைதான். இதில் பிருந்தாசாரதி முதல் ரகமாகத் தெரிந்தார்.

''என் தாகங்களுக்கு எதிரில்
கடல் நீர்
ஒற்றை மழைத்துளி.''

என்று அவர் 25 வருஷத்துக்கு முன்னால் எழுதியிருந்த கவிதை வரி மனதில் ஓடியது.

1992 இல் வெளிவந்த அவரது முதல் கவிதைத் தொகுதியான ''நடை வண்டி'' புத்தகத்தைக் கையில் வைத்திருந்தார். கருப்பு அட்டை. குறைவான வெள்ளைக் கோடுகளில் ஒரு பெண்ணின் முகம் மெலிதான அந்த புத்தக முகப்பில் என்னைப் பார்த்து முறுவலித்தது.

''இந்த புத்தகம் என்னிடம் இருக்கிறதே'' என்று சொன்னேன்.

''ஆமாம் சார். இந்த புத்தகம் வெளி வந்தவுடன் முதல் பிரதியை உங்களிடம்தான் கொண்டு வந்து கொடுத்தேன்.''

''அப்படியா !.''

அவர் கையிலிருந்த "நடைவண்டி"யை என் கையில் வாங்கினேன். அம்மாவின் கையிலிருந்து இலேசாக விடுபட்டு அப்பாவின் கைநோக்கி குழந்தை எடுத்து வைத்த பட்டுப் பாதங்களின் காலடிச் சத்தம் காதில் கேட்டது.

கோடம்பாக்கத்தில் 'புதிய நம்பிக்கை' சிற்றிதழ் நடத்திய பொன்.விஜயன் இதை அச்சிட்டவுடன் சுடச்சுட சில பிரதிகள் என்னிடம் கொடுத்தார். முதல் தொகுதியின் முதல் பிரதியை யாரிடம் கொடுக்கலாம் என்று யோசித்தபோது நீங்கள்தான் நினைவுக்கு வந்தீர்கள். உடனே உங்கள் வீட்டுக்கு வந்தேன்.

இரண்டு விரல்களால் தாடியை இலேசாக வருடியபடி, மிருதுவான பார்வையுடன் அவர் சொன்னபோது கடந்த காலம் எனும் பிரும்மாண்ட கோயிலின் திட்டி வாசல் இலேசாகத் திறந்தது.

தூக்கம் கலைந்த பின்னும் படுக்கையில் புரள்வது போல உதிர்ந்த ஞாபகச் சருகுகள் காற்றில் புரளத் தொடங்கி விட்டன. கடந்தகாலம் எனும் தோட்டத்தில் காலாற ஒரு உலா வரத் தொடங்கி விட்டேன்.

கும்பகோணத்தில் பொதியவெற்பன் வீட்டில் ஒரு நாள். அதுவும் மழைநாள்தான். நானும் பொதியவெற்பனும் பேசிக் கொண்டிருந்தோம். அறையின் மூலையில் (நினைத்தபடி மடங்கும் மெலிதான உடம்புடன்) ஓர் பதின்பருவத்து இளைஞர் தன் வேலையில் முழுதாய் லயித்தபடி எதையோ எழுதிக் கொண்டிருக்கிறார். அவர் எழுதிக் கொண்டிருப்பதை நானே வலியப் போய் பார்க்கிறேன். இன்னமும் நினவிருக்கிறது. "பூனை" எனும் கவிதை. ரொம்ப அழகாக எழுதி இருந்தார். "என்ன இவ்வளோ நல்லா எழுதுறாரே ", பொதியவெற்பனிடம் சிலாகித்தேன். அந்தக் கவிதையை வாங்கி வந்து சென்னையில் ஒரு பத்திரிகையில் வெளியிட வைத்தேன். அந்த மிருதுவான இளைஞர்தான் பிருந்தாசாரதி.

"அந்தப் பூனை கவிதை இருக்கிறதா?" என்று கேட்டேன். இல்லை சார். அதைத்தான் தேடிக் கொண்டிருக்கிறேன்." என்றார். ஞாபக கிணற்றில் விழுந்து விட்ட பூனை 'மியாவ் மியாவ்' எனக் குரல் கொடுத்தபடியே இருந்தது.

"நடை வண்டி" கவிதை நூலின் பழைய பிரதியை பிருந்தாசாரதியிடமிருந்து வாங்கிப் பிரித்தேன். பழுப்பாகி விட்ட காகிதத்தில் " புதிய நம்பிக்கை" பொன் விஜயன் இலக்கிய ஆவேசத்துடன் ஒரு பதிப்புரை எழுதியிருந்தார்.

"நல்ல கவிதைகளுக்கு ஏங்கித் தவிக்கும் தரமான இலக்கிய வாசகர்கள் மகாமகக் கூட்டத்தில் மாட்டிக் கொண்ட குழந்தைகளாய்த் திணறி நிற்கின்றனர். எவர் பக்கமும் வால் பிடிக்க விரும்பாமல் நல்ல கவிதைகளுக்கு மட்டுமே மரியாதை காட்டும் இத்தகையோருக்காக நல்ல கவிதைகளைத் தர வேண்டும் எனும் நோக்கத்துக்காக", பிருந்தாசாரதியின்

கவிதைகளை வெளியிடுவதாக தனது சக்தி பதிப்பகத்தின் சார்பாகக் குறிப்பிட்டிருந்தார்.

குடும்பத்தோடு வறுமையில் உழன்ற போதும் "புதிய நம்பிக்கை" எனும் இலக்கிய இதழைப் பிடிவாதமாக அச்சிட்டு வந்த பொன் விஜயன் போன்ற நிஜமான இலக்கிய தாகம் கொண்டவர்களால்தான் நவீன தமிழ் எழுத்து வளர்ந்து இருக்கிறது. என்ன செய்வது ? வறுமை அவரை மரணத்தில் தள்ளி விட்டது. நானும் அழகிய சிங்கரும் அவருக்கு இறுதி மரியாதை செலுத்தப் போயிருந்தபோது அவரை எந்த சுடுகாட்டுக்கு எடுத்துப் போயிருக்கிறார்கள் என்று சொல்லக்கூட யாரும் இல்லை.

சாலையில் மலர் தூவிச் சென்ற தடம் பற்றித்தான் நுங்கப்பாக்கம் சுடுகாட்டுக்குப் போனோம். கவிதை குறித்த நிஜமான அக்கறை கொண்ட பொன்.விஜயனால் முதல் கவிதைத் தொகுப்பு வெளியிடப்பட்ட ஒருவராக பிருந்தாசாரதி மிளிர்கிறார். இன்றைக்கும் "பறவையின் நிழல்," "ஞாயிற்றுக் கிழமை பள்ளிக்கூடம்", " மீன்கள் உறங்கும் குளம்" என்று அடுத்தடுத்த பல கவிதை நூல்களின் மூலம் ஓய்வின்றி இயங்கி வரும் பிருந்தாசாரதியின் முதல் கவிதைத் தொகுப்பில் " சுதந்திரம்" எனும் கவிதை சொல்கிறது:

"என் பசிக்கு முன்னால்
சூரியன் சிறிய ரொட்டித் துண்டு.

கிரகங்கள் எனக்கு
கால் வயிற்றுச் சோறு.

என் தாகங்களுக்கு எதிரில்
கடல் நீர்
ஒற்றை மழைத்துளி.

தாராளமாகச் சுவாசித்தால்
இந்த வாயு மண்டலம் வற்றி விடும்.

எதனாலும் நிரம்பாத
என்னைச் சுலபமாகத்
தளும்ப வைத்து விடுகிறது
சுதந்திரம்."

இன்று தலையும் தாடியும் உப்பும், மிளகுமாய்ப் போய் விட்ட பிருந்தாசாரதியின் மேற்கண்ட இளம் வயது வார்த்தைகள் என்னைக் கவரக் காரணம் இவ்வார்த்தைகளுக்குள் காணப்படும் ஒரு அதிருப்தி நிலை. சூரியனையே மென்று விழுங்கினாலும் தீராத பசி, கடல் நீராலும் அடங்காத தாகம் ஆகியவை ஒரு கலைஞனுக்கு உரிய அடையாளங்கள்.

‘மார்த்தா கிரஹாம்’ எனும் அமெரிக்க நடனக் கலைஞரின் வார்த்தையில் சொல்வதானால் இதற்குப் பெயர் “ தெய்வீக அதிருப்தி”. இந்த தெய்வீக அதிருப்திதான் பிருந்தாசாரதி எனும் இளைஞனாக இருந்த ஒருவரை இன்றுவரை கவிதைகள் எழுதுபவராய் இயங்க வைத்துக் கொண்டிருக்கிறது. மேற்கண்ட கவிதையில் அவர் குறிப்பிடும் அதிருப்தி நிலை எப்போது தீருமென்று சொல்கிறார் தெரியுமா? கட்டற்ற ”சுதந்திரம்” ஒன்றுதான் அவரை நிரம்பித் தளும்ப வைத்து விடுவதாகக் குறிப்பிடுகிறார். என்னுடைய கேள்வி என்னவென்றால், அப்படிபட்ட “ சுதந்திரம்” என்ற ஒன்று உண்மையில் இருக்கிறதா? இல்லை என்பதுதான் யதார்த்தம். இன்றுவரையிலும் தனக்குக் கிடைக்காமல் நழுவிச் செல்லும் சுதந்திரத்தைத் தேடித்தான் பிருந்தாசாரதி தன் கவிதைகளைத் தொடர்ந்து எழுதி வருகிறார் என்பதுதான் எனது கருத்து.

” நடை வண்டி” முதல் கவிதைத் தொகுப்பிலிருந்தே தான் யாரென்று அடையாளம் காட்டிய பிருந்தாசாரதிக்கு கவிதை என்பது ஒரு மாம்பழத்துக்குள் இருந்து கொண்டு சதா குடைச்சல் கொடுத்துக் கொண்டிருக்கும் ஒரு வண்டு. இதனால்தான் சதாசர்வகாலமும் வார்த்தைகளை அவர் செதுக்குவதும் அந்த வார்த்தைகள் மறுபடி அவரைச் செதுக்குவதுமாக ஒரு உள்முக இயக்கம் தொடர்ந்து நடந்து கொண்டே வந்திருக்கிறது. அன்றாடப் பேச்சில்கூட தான் உச்சரிக்கும் வார்த்தையைக் கொஞ்சம் அழுத்தி உச்சரித்தால் அது உடைந்து விடுமோ என்ற ஜாக்கிரதை உணர்வுடன் ஒவ்வொரு வார்த்தையையும் தேர்ந்தெடுத்துப் பேசும் மிருதுவான பிருந்தசாரதி வார்த்தைகளின் எடை/எடையின்மை குறித்து அறிந்து இருக்கிறார்.

பிருந்தாசாரதி தஞ்சாவூர்க்காரர். இலக்கியம் தேடும் இளம் வயதில் “பசித்த மானுடம்” எழுதிய கரிச்சான் குஞ்சு போன்ற பழம்பெரும் ஜாம்பவான்களை நேரில் சந்தித்துப் பழகியவர். போதாக்குறைக்கு எம்.வி.வெங்கட்ராம், தஞ்சை பிரகாஷ் போன்ற இலக்கிய ஆளுமைகளோடு வேறு சகவாசம் உண்டு. அவர்களது புத்தகங்களைப் படித்தது மட்டுமின்றி அவர்களையே வேறு படித்து இருக்கிறார் என்பதினால்தான் பிருந்தாசாரதியிடம் முதல் தொகுதியிலேயே வாழ்க்கையைப் பற்றிய ஒரு தேடல் தென்படுகிறது.

“வாழ்வதைப் பரிசோதனை செய்து பார்க்கும் ஒரு நிலையம்தான் கலை” என்று ஜான் கேஜ் ஒருமுறை சொன்னார். அறிந்தோ அறியாமலோ பிருந்தாசாரதி தன் முதல் தொகுதியான “நடைவண்டியை “ வெளியிட்டபோது இப்படித்தான் செயல்பட்டிருக்கிறார். வாழ்ந்து பார்க்கையில் தென்படும் தரிசனங்களை ஒவ்வொன்றாக நம்மோடு பகிர்ந்து கொள்கிறார். அதனை ஒரு பரிசோதனைக்கு உட்படுத்துகிறார்.

“உனக்கிருக்கும் ஒரே சுதந்திரம்
உன் எதிரியுடன்
கை குலுக்குவது மாத்திரமே”,

என்று எழுதியபோது அவருக்கு என்ன வயதிருக்கும் என்று தெரியவில்லை. நிச்சயமாக இளம் வயதுதான். இன்றைய வாழ்க்கையில் பிடித்தோ பிடிக்காமலோ அன்றாடம் நாம் எதிரிகளிடம் கை குலுக்கிக் கொண்டுதான் இருக்கிறோம். இது தந்திர பூமி. வாழ்க்கை எல்லோருக்கும் அப்படித்தான் விதிக்கப்பட்டிருக்கிறது. ஆனால் ‘‘உனக்கிருக்கும் ஒரே சுதந்திரம்’’ என்று பிருந்தாசாரதி சொல்லும்போதுதான் வாழ்க்கை குறித்த தரிசனம் இந்த இளைஞருக்கு எப்படி கிடைத்தது என்று நான் ஆச்சர்யப்படுகிறேன். எதிரியுடன் கைகுலுக்குவதும் கைகுலுக்காதிருப்பதும் அவரவர் தேர்ந்தெடுப்பு. இந்த தேர்ந்தெடுப்பை நமக்குக் கொடுத்து இருக்கிறதல்லவா வாழ்க்கை அதுதான் வாழ்க்கை நமக்களித்த மிகப்பெரிய ஆசிர்வாதம்.

‘‘மனிதன் இந்த பூமியின் மீது ஓர் உயிராகத் தூக்கி எறியப்பட்ட உடனேயே அவன் செய்யும் எல்லாச் செயல்களுக்கும் அவனே பொறுப்பாகிறான். வாழ்க்கைக்கு என்று ஒரு அர்த்தம் கொடுப்பது என்பது மனிதனின் கையில்தான் இருக்கிறது’’ என்று பிரெஞ்சு தத்துவவாதி ழான் பால் சார்த்தர் சொல்வது இந்த நேரத்தில் என் காதில் எதிரொலிக்கிறது.

‘‘ நீரில் நனையாது.நெருப்பில் எரியாது.ஆயினும் என்ன? இருளில் தொலையும் நிழல்கள்.’’ என்று எழுதும்போதும் வெளிச்சம் இருந்தால்தான் நிழல் உண்டு. இருட்டில் எப்படி நிழல் விழும் எனும் கருத்தை மிகச் சிறப்பாக முன் வைக்கிறார்.

’’இதயத்தில் இருப்பது உன் ஒரு பெயர்தான். முன்பு பூவெழுத்துகளால் இப்போது தீக்காயமாக.’’என்று தனது முதல் கவிதைத் தொகுப்பிலேயே நினைவில் நிற்கக் கூடிய பல வரிகளை எழுதியிருக்கிறார் பிருந்தாசாரதி.

அதுமட்டுமல்ல, இந்த முதல் தொகுதியிலேயே அவரது ‘ஊமை’ எனும் கவிதை சிறந்த மொழிபெயர்ப்பாளரான கே.எஸ்.சுப்பிரமணியத்தினால் ஆங்கிலத்தில் மொழிபெயர்க்கப்பட்டு 2007இல் உலகத் தமிழாராய்ச்சி நிறுவனம் வெளியிட்ட ‘‘Tamil poetry today’’ என்ற தொகுதியில் இடம் பெற்றிருக்கிறது.

பிருந்தா சாரதியின் ‘‘நடை வண்டி’’ தொகுதியை 25 ஆண்டுகளுக்குப் பின்னால் இன்று மறுபதிப்பில் படித்துப் பார்க்கும்போது, நடக்கத் தெரிந்த பின் நடை வண்டி ஓட்டிப் பார்க்கும் சுகத்தை அவர் இன்று அனுபவிப்பது தெரிகிறது. முதல் தொகுதியிலேயே தான் வெளியிட்டிருப்பது நடை வணடிதான். இனிமேல்தான் பெரிய வண்டியெல்லாம் ஓட்டப் போகிறேன் என்று சொல்லாமல் சொல்லிய அவையடக்கமும், தன்னம்பிக்கையும் பாராட்டத்தக்கவை.

மறக்க முடியாத ஒரு நினவாக மாறி விடுவதைக்காட்டிலும் வாழ்க்கைக்கு வேறு ஏதேனும் லட்சியம் இருக்க முடியுமா என்ன? பிருந்தாசாரதியின் ’’நடைவண்டி’’ எனும் முதல் கவிதைத் தொகுதியும் கூட இப்படி மறக்கமுடியாத ஒரு நினைவாக அவருக்கு மாறி விடுகிறது. அந்த இனிய

நினைவை மீண்டும் மீண்டும் நினைத்துப் பார்க்கும் ஒரு செயலாக இச்சிறுநூலை பிருந்தாசாரதி மறுபதிப்பாக கொண்டு வருகிறார்.

"நடைவண்டி"யின் புதிய பதிப்பை என் கையில் எடுக்கையில் அம்மாவின் கையிலிருந்து இலேசாக விடுபட்டு அப்பாவின் கைநோக்கி குழந்தை எடுத்து வைத்த பட்டுப் பாதங்களின் காலடிச் சத்தம் காதில் கேட்கிறது.

"உலகம் தூங்கப் போகாமல் காக்கும் கடமை கவிஞர்களுக்கு இருக்கிறது" என்று சொல்வார் சால்மன் ருஷ்டி.

இதுவரை கேட்டிராத பல சப்தங்களைக் கேட்கவும், இதுவரை பார்த்திராத பல வண்ணங்களைப் பார்க்கவும், இதுவரை உணர்ந்திராத பலவற்றை உணரவும் கூடிய வல்லமை பிருந்தா சாரதியை வந்தடையட்டும் என வாழ்த்துகிறேன்.

விசிட்டிங் கார்டு

என்னுரை

திரைப்பட உதவி இயக்குநர் ஆகும் நோக்கத்தில் சென்னைக்கு 1992ல் வந்தேன். இயக்குனர்களிடம் என்னை அறிமுகப்படுத்திக்கொள்ள அதுவரை நான் எழுதிய கவிதைகளைத் தொகுத்து சிறு நூலாக்கினேன். அதுதான் ‘நடைவண்டி’.

அதற்கு முன்பு கணையாழி, காலச்சுவடு, கல்கி மற்றும் சில பத்திரிக்கைகளில் என் கவிதைகள் வெளிவந்திருந்தன. அவற்றில் சில போட்டிகளில் பரிசும் பெற்றிருந்தன.

கவிஞர் வைரமுத்து பாவேந்தர் பாரதிதாசன் நூற்றாண்டையொட்டி சாவி இதழில் ‘வாழையடி வாழை’ என்ற பெயரில் 100 இளங்கவிஞர்களின் கவிதைகளை அறிமுகப்படுத்தினார். அதில் ஒன்றாக என் கவிதையும் வெளிவந்தது. மேலும் சிற்றிதழ்களில் தொடர்ந்து கவிதைகளை எழுதினேன். கும்பகோணத்தையும் அதைச் சுற்றியும் நடந்த கவியரங்குகளிலும் கலந்து கொண்டேன். கவிதைதான் என் ஆதாரப் படைப்பு.

இன்று இதம்தொகுதியை மறுபதிப்பு செய்யும் நோக்கத்தில் மீண்டும் படித்துப் பார்க்கும் பொது என் கவிதைகள் மீது எனக்கே ஒரு ஈர்ப்பு ஏற்படுகிறது.

இந்தத் தொகுதிதான் எனக்கு நிறைய நண்பர்களையும் , வாய்ப்புகளையும் பெற்றுத் தந்தது. நடிகர் நாசரிடம் இந்தத் தொகுதி மூலம்தான் அறிமுகமாகி அவர் முதன் முதலாய் இயக்கிய ‘அவதாரம்’ திரைப்படத்தில் உதவி இயக்குனராகச் சேர்ந்தேன்.

இந்தத் தொகுதியினால் நெருக்கமான லிங்குசாமிதான் பின்னர் ‘ஆனந்தம்’ இயக்குகிற போது வசனம் எழுதும் வாய்ப்பைக் கொடுத்தார்.

இந்தத் தொகுதி எப்படியோ மொழிபெயர்ப்பாளர் திரு கே.எஸ்.சுப்ரமணியன் அவர்களின் கைகளுக்குப் போய் இதிலிருக்கும் ‘ஊமை’ என்ற கவிதையை ஆங்கிலத்தில் மொழிபெயர்த்து அது ‘தமிழ்கவிதை இன்று’ (பத்தாண்டு தமிழ்க் கவிதை 1990 - 2000) என்ற தலைப்பில் உலகத் தமிழாராய்ச்சி நிறுவனம் வெளியிட்ட நூலில் இடம் பெற்றது.

பின்னொரு நாள் அவரைச் சந்திக்கும் போது கேட்டேன். எந்த அடையாளமும் இல்லாத சாதாரண ஒரு நூலாக வெளிவந்த இந்நூல் உங்களுக்கு எப்படிக் கிடைத்தது ? என. மார்க்ஸ்முல்லர் பவனில் பிரசன்னா ராமசாமி அவர்கள் கொடுத்ததாகக் கூறினார்.

அதேபோல் சமீபத்தில் முகநூலில் கோவில்பட்டியைச் சேர்ந்த ஒரு நண்பர் சொர்ணராஜ் சுப்பையா இருபத்தி ஐந்து ஆண்டுகளாக இந்நூலைப் பாதுகாத்து வருவதாகக் கூறித் தன் புத்தக அலமாரியில் இருந்து நடைவண்டியை புகைப்படம் எடுத்து உடனே கைபேசி மூலம் அனுப்பி இன்ப அதிர்ச்சி அளித்தார்.

அதே போல் ‘இனிய உதயம்’ இதழில் கவிஞர் க.அம்சப்பிரியா எழுதிவரும் ‘முதல் தொகுதியும் முத்திரைக் கவிதைகளும்’ என்ற தொடரில் ‘நடைவண்டி’யைப் பற்றி ஒரு அத்தியாயம் எழுதினார். அம்சப்பிரியாவிற்கும் ‘இனிய உதயம்’ இணை ஆசிரியர் அன்பு நண்பர் கவிஞர் ஆரூர் தமிழ்நாடன் அவர்களுக்கும் நன்றி.

எப்போதோ எங்கோ ஒரு நகரின் ஏதோ ஒரு மூலையில் அமர்ந்து எழுதிய எழுத்துக்கு எங்கிருந்தோ ஒரு சக இருதயன் கிடைத்துவிடுகிறான். அதுதான் எழுத்தின் மூலம் கிடைக்கிற பலன்...மகிழ்ச்சி...வெற்றி எல்லாம்.

என் முகம் தெரியாத பலரை எனக்கு அறிமுகம் செய்த நடைவண்டியை நான் இருபத்து ஐந்து வருடங்களாகக் கண்டு கொள்ளவில்லை.

வெளியிட்ட 500 பிரதிகளும் தீர்ந்து போன பிறகும் மறுபதிப்பு வெளியிடும் எண்ணம் வரவில்லை.

இந்த நூலை வெளியிட்ட புதிய நம்பிக்கை இதழாசிரியர் பொன் விஜயன் அவர்களை இன்று நன்றியோடு நினைத்துப் பார்க்கிறேன். பல சிரமங்களுக்கிடையே வாழ்ந்த அவர் தன அச்சகத்தில் ‘சக்தி பதிப்பகம்’ என்ற பெயரில் இந்நூலை வெளியிட்டார்.

சில ஆண்டுகளில் அவர் இறந்தும் போனார். அதைக் கூட நான் நண்பர்கள் மூலம் மிகத் தாமதமாகவே அறிந்தேன்.

இலக்கியத்தின் மீது ஏதோ ஒரு ஈடுபாட்டில் செயல்பட்ட அவர் என் வாழ்வில் ஒரு முக்கிய நிகழ்வான முதல் கவிதைத் தொகுதியை வெளியிட்டிருக்கிறார். அவருக்கு என் அஞ்சலிகள்.

இருபது ஐந்து வருடங்கள் கழித்து மீண்டும் பதிப்பு காணும் 'நடைவண்டி'க்கு கவிஞர் இந்திரன் அற்புதமானதொரு அணிந்துரை வழங்கியிருக்கிறார்.

அவரிடம்தான் முதல் பதிப்பு வெளிவந்ததும் முதல் பிரதியைக் கொண்டு போய்க் கொடுதேன். சென்னையில் அப்போது எனக்குத் தெரிந்திருந்த ஒரு சிலரில் அவர் குறிப்பிடத்தகுந்தவர் என்பதால்.

அவரது மொழிபெயர்ப்பில் வெளிவந்த 'அறைக்குள் வந்த ஆப்பிரிக்க வானம்' பல இளம் கவிஞர்களைப் பாதித்ததைப் போலவே என்னையும் பாதித்தது. கவிதைக்கு அலங்கார மொழி தேவையில்லை எளிய சொற்களின் மூலம் உணர்வுகளைத் தொட்டால் போதும் என்ற வெளிச்சத்தை அந்த நூல் கொடுத்தது. அதுவரை இருந்த என் கவிதைப் பார்வையில் மாற்றம் ஏற்பட்டு மிகச் சாதாரணச் சொற்களை என் கவிதைக்கான கருவி ஆக்கிக்கொண்டேன். அந்தவகையில் இந்திரன் என் படைப்புக்குள் ஆதார விசையாக இருந்திருக்கிறார். அவருக்கு காலம்கடந்து மிகத்தாமதமாக இந்த நேரத்தில் நன்றி கூறிக் கொள்கிறேன்.

நூலை வெளியிடும் டிஸ்கவரி புக் பேலஸ் வேடியப்பன், அழகான ஓவியங்களால் நூலை அழகு செய்திருக்கும் ரோகிணி மணி ஆகியோருக்கும் நன்றி.

கவிதைகளின் மீது ஆர்வம் கொண்டு எங்கெங்கோ சுற்றி அலைந்த என் தேடலுக்கு ஒரு வடிவம் இந்நூல்.

அதனால் இது என் ''விசிட்டிங் கார்டு''.

அனைவருக்கும் நன்றி

அன்புடன்
பிருந்தா சாரதி

மதுரை / சண்முகநாதபுரம்
05.12.17

நன்றி

உதயம்
சாவி
கணையாழி
காலச்சுவடு
முன்னிலை
சுமங்கலி
கல்கி
கவி
தாய்
அரங்கேற்றம்
புதிய நம்பிக்கை
ஜன கண மன
சுட்டி
ஜெமினி மலர்
பயணம்.
நடிகர் - இயக்குநர் **நாசர்** / இயக்குநர் **என்.லிங்குசாமி** /
இயக்குநர்கள் **ஜே.டி ஜெர்ரி** / கவிஞர் **இந்திரன்** /
டாக்டர் **கே.எஸ்.சுப்ரமணியன்** / முனைவர் **ந.முருகேசபாண்டியன்**

உள்ளடக்கம்

சுதந்திரம்	17
அவதாரம்	19
சதுரங்கம்	20
பீடத்தில் அமர்ந்த பிறகு	22
ஈ	23
'சுயம் - வரம்'	25
கடிகார முட்கள்	27
மரங்கள்	28
கைவிடப்பட்ட பாஞ்சாலி	29
விபத்தில் தப்பியவன் கனவு	30
பாலைவனப் பனித்துளிகள்	31
நம்பிக்கை	33
நட்பெனப்படுவது	34
நாய் படும் பாடு	36
ஆயுதங்களின் வரலாறு	37
முள்பாதை	39
இரவின் காட்சிகள்	40
ச(ண்)டை	41
கண்ணாடியின் காதலன்	43
நிழல்	45
நிழல் வேதாந்தம்	46
நிரந்தரக் கூண்டுகள்: எலியும் கிளியும்	47
55	பொம்மலாட்டம்
56	ஊமை
58	தூய்மை
59	மக்களுக்காக... மக்களே... மக்களால்...
60	அன்றும் இன்றும்
61	கண்ணீர்
64	எச்சரிக்கை
65	தீ
66	துருப்பிடித்த ஆணிகள்
67	நவீன நாடுகடத்தல்
69	அக்னி சாட்சி
71	துயரத்தின் நடைபாதை
73	மனைவி என்றொரு கோட் ஸ்டாண்ட்
74	நிலம் சூழ்ந்த தீவு
76	அயல் மகரந்தச் சேர்க்கை
78	சந்தேகப் பிராணி
80	ரகசியக் கடல்
83	இருளில் தொலைந்த நிறங்கள்
85	உதிர்ந்த திலகம்

முகப்போவியம் மற்றும் உள் ஓவியங்கள்
ரோகிணி மணி

சுதந்திரம்

என் பசிக்கு முன்னால்
சூரியன் சிறிய ரொட்டித்துண்டு

கிரகங்கள் எனக்குக்
கால் வயிற்றுச் சோறு

என் தாகங்களுக்கு எதிரில்
கடல்நீர்
ஒற்றை மழைத்துளி

தாராளமாக நான் சுவாசித்தால்
இந்த வாயுமண்டலம்
வற்றிவிடும்.

எதனாலும் நிரம்பாத
என்னைச் சுலபமாகத்
தளும்ப வைத்துவிடுகிறது
சுதந்திரம்.

பிருந்தா சாரதி

அவதாரம்

அவனுக்கும் இருக்கிறது
மனித அடையாளங்கள்...
கை, கால், கண், காது
வாய், மூக்கு என.
ஆனாலும் அவன் தன்
மனித முகத்தை
இன்னும் வெளிக்காட்டவில்லை

அதிகாரப் பாலை
அவசரமாகத் திருடி ருசிக்கும்
பூனையாக ஒரு நாள்...

பணப்புல்லை மேயும்
ஆடாக ஒரு நாள்...

கற்புள்ள சேலைகளைக்
கண்களால் குதறும்
கழுகாக ஒரு நாள்...

அஞ்சும் மான்களை
அறைந்து வேட்டையாடும்
புலியாக ஒரு நாள்...

இன்னும் எத்தனையோ
முகங்கள் கொண்ட
அவனுக்கும் இருக்கிறது
மனித அடையாளங்கள்.

பாரதிதாசன் நூற்றாண்டு விழாவையொட்டி சாவி பத்திரிக்கையில் கவிஞர் வைரமுத்து தமிழில் எழுதும் புதிய கவிஞர்களை அறிமுகப்படுத்திய 'வாழையடி வாழை' தொடரில் தேர்ந்தெடுத்த கவிதை.

சதுரங்கம்

நகர்த்த முடியாத காய்கள்
என்று எதுவுமில்லை
அவற்றை நகர்த்துவதற்கான
பாதையை நீ அறியவில்லை
அவ்வளவே.

உன் 'ராஜா' சிறைப்பட்டிருந்தால்
படைகளை அனுப்பி
எதிரியின் 'யானை'களையும்
'குதிரை'களையும் வீழ்த்து.

பயனில்லை என்றால்
'பாதிரியாரிடம்' ஆலோசனை கேள்
நின்று நிதானமாக செயல்படு
இல்லையென்றால்
கறுப்பு - வெள்ளைக் கட்டங்களிடையே
காலிடறி விழுந்து
வீழ்ச்சியடைவாய்.

நிலைமை முற்றி
நெருக்கடியானால்
ராணி சமாளிப்பாள்..

நான்கு புறமும்
சிறைப்பட்ட பின்னும்
உன் 'ராஜா'வை விடுவிக்கச்
சின்னஞ்சிறு வழி கிடைக்கலாம்
இல்லையென்றாலும்
பெரிதாய்க் கவலைப்படாதே.

எல்லைகள் விரிந்து கிடந்தாலும்
உன் கைகளின் சுதந்திரம்
கட்டப்பட்டிருக்கிறது
என்பதை உணர்
(அதுவே ஒரு வெற்றிதான்)

உனக்கிருக்கும்
ஒரே சுதந்திரம்
உன் எதிரியுடன்
கை குலுக்குவது மாத்திரமே
▶

பீடத்தில் அமர்ந்த பிறகு

மலைச் சரிவில் இருந்து
உருண்டு வந்தது ---
உருக்குலைந்த ஒரு பாறை.

அதில்
மனித உருவத்தைச்
செதுக்க வேண்டும் என்றால்
தலைக்கு இடமில்லை.

குதிரையை
வடிக்கலாம் என்றால்
இரண்டரைக் கால்களுக்கு
மட்டுமே
இடமிருக்கிறது.

பறவை என்றாலோ
சிறகு வைக்க முடியாது.

எப்படியோ
ஒரு வழியாய் ஒப்பேற்றி
அதில் செய்து முடித்தேன் --
ஒரு தெய்வ உருவத்தை.

தெய்வம் ஆனதுதான் தாமதம்
உடனே அது
உறுமத் தொடங்கியது ---
"எட்டி நில்லடா புலையனே!"

ஈ

நான் சாப்பிட உட்காருவது
எப்படியோ தெரிந்துவிடுகிறது
அந்த ஈக்கு.

தேனீர்க் கோப்பையை
நான் உறிஞ்சும் நேரங்கள்
அதற்கு மனப்பாடம்
மூக்கு வியர்க்கப் பறந்து வந்து
முட்டி மோதுகிறது
கண்ணாடிச் சுவர்களை.

ஊரில் இருக்கும்
அனேக ஈக்களில்
அதற்கென்று தனி அடையாளம்
ஏதுமில்லை

ஆனாலும்
ஆயிரமாயிரம் ஈக்களின் நடுவே
அது கலந்துவிட்டாலும்
என்னால் கண்டுபிடித்துவிட முடியும்.

சொல்லப்போனால்
அதைப் பார்க்க நேரும்போதெல்லாம்
அருவருப்பின் கோடுகள்
முகத்திலும் நெஞ்சிலும்
கோலம் போடுகின்றன.

கைசோர விரட்டித்தான்
பார்க்கிறேன்
என் மீது மோகமோ நேசமோ
சரியாய்த் தெரியவில்லை

இமைகளைக் குடைந்து வந்து
என் கனவுகளையும்
மொய்க்கிறது அந்த ஈ.

'சுயம் - வரம்'

அழுகிய பழங்களின்
துர்நாற்றம் தாங்காமல்
விலகி ஓடும்
வண்ணத்துப் பூச்சிகள்
பூக்களின் வாசத்துக்காக
ஏங்குகின்றன.

ஈரம் நசநசக்கும்
எல்லா இடங்களையும்
மொய்க்கும் ஈக்கள்
குதூகலமாக
அனுபவிக்கின்றன -
வாழ்க்கையை.

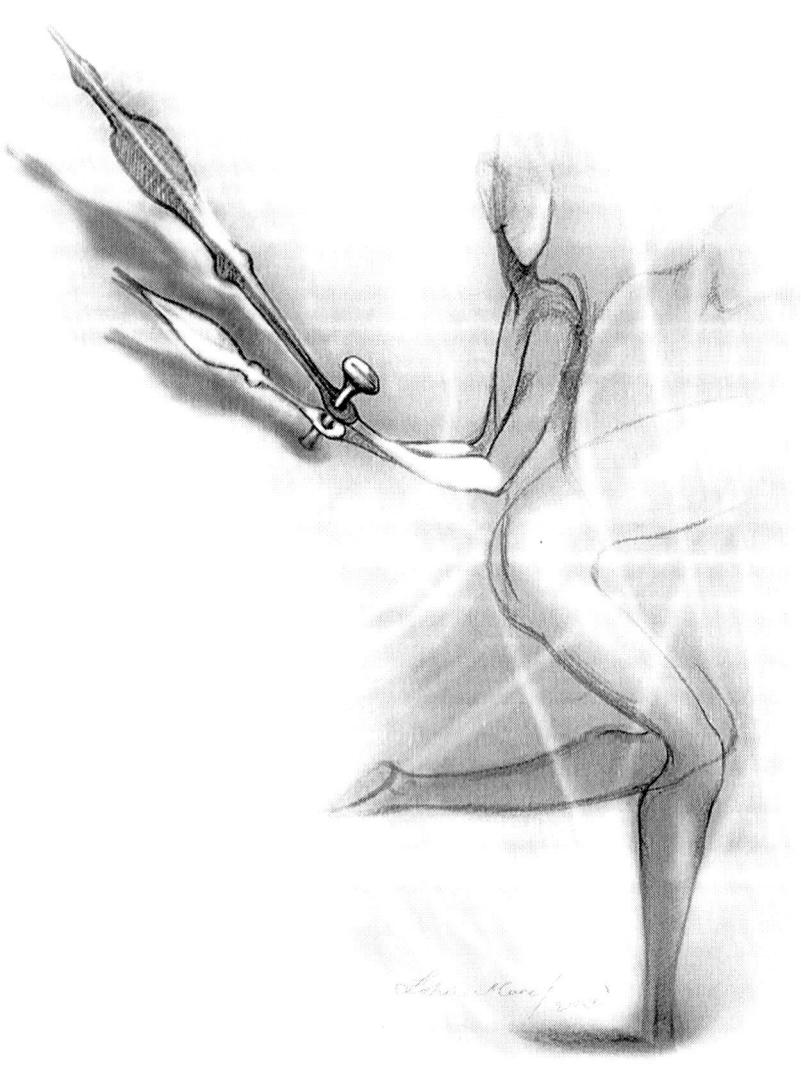

கடிகார முட்கள்

வட்டத்திற்குள் தான் வாழ்க்கை
ஆயினும்
பூமியின் இயக்கத்தையே
புரிய வைக்கும் ஞானம்

உலகின் கண்கள் யாவும்
தன்னையே
உற்றுப் பார்க்கும் போதும்
எவரையும்
திரும்பிப் பார்க்காமல் செல்லும்
கம்பீரம்

கண்ணாடிச் சிறைக்குள்
அடைபட்டுக் கிடந்தாலும்
காலத்தின் துடிப்பினை
வெளிப்படுத்துவதில்
பிடிவாதமான போர்க்குணம்

ஒரே பாதையில்
பயணித்தாலும்
ஒன்றை ஒன்று
தடுத்துக் கொள்ளாத நாகரீகம்

கற்றுக்கொள்வதற்கு
எவ்வளவோ இருக்கிறது
கடிகார முட்களிடம்

நாமோ
மணி பார்க்கும்போது
மட்டுமே கவனிக்கிறோம்.

மரங்கள்

ஒளிச்சேர்க்கை செய்வதற்கே
கூலிகேட்கும் இலைகள்

தண்டிற்குத்
தண்ணீர் அனுப்பாமல்
வேலை நிறுத்தம் செய்யும்
வேர்கள்

வண்ணத்துப் பூச்சிகளை
மயக்கி அழைத்து -
உறவு முடிந்ததும்
விஷத்தேன்
புகட்டும் பூக்கள்

பிஞ்சாகும் வரை கூடக்
காத்திராமல்
பூவிலேயே வெம்பிவிடும்
அவசரக் கனிகள்

வாழ்வின் நம்பிக்கையில்
தலை நீட்டும் தளிர்களை
சருகாய் உதிர்த்துவிடும்
கிழட்டுக் கிளைகள்

ஒரே ஒரு மரத்தில்
எத்தனை ஊழல்?

இப்படி
இந்தியத் தோப்பில்
எத்தனை மரங்கள்?
▶

கைவிடப்பட்ட பாஞ்சாலி

காவிரி
உனது தண்ணீத் தாவணியைக்
கடலரசன்
உருவிப் பிடுங்கிக் கொண்டானா?

உன் மண் மேனியின்
நிர்வாணம்
அருவருப்பை அல்லவா
அளிக்கிறது?

கடல் துச்சாதனன்
காவிரிப் பாஞ்சாலியின்
தண்ணீர்ப் புடவையை
உருவும் போது
குடகுக் கண்ணன்
கைகொடுக்க வில்லையே!

காவிரி,
உன் ஊற்றுக் கண்ணீர்கூட
சூரியச் சகுனியால்
உலர்ந்து போய் விட்டதா?
★

(முதன் முதலாகப் பிரசுரமான கவிதை 'ஜன கண மன' இதழ் - ஆண்டு 1982)

விபத்தில் தப்பியவன் கனவு

சாலை விபத்தில்
சிதைந்து கிடந்தவனின்
இரத்தச் சேற்றில்
விழுந்து நனைந்தது -
திடீரென்று
உடைந்து சிதறிய
நிலவின் ஒரு துண்டு

எங்கிருந்தோ
அவசரமாகப் பறந்து வந்த
காகம்
அதைக் கொத்திச் சென்று
காலிடுக்கில் வைத்து
மீண்டும் மீண்டும்
கொத்தியது

பசியின் ஆவேசத்தில்
அதன் அலகுகள்
அடுத்தடுத்துப் பதிய
என் நினைவுகளைப்
போர்த்தியிருந்த
தூக்கத்தில்
பொத்தல் விழுந்து
கசியத் தொடங்கின
புலம்பல்கள்.

பாலைவனப் பனித்துளிகள்

கனவுகளைப் பழிக்காதே
வேரில்லாத செடியில் பூத்த
காம்பில்லாத மலர்கள் என்று
ஏளனமாய்ப் பேசாதே

எதிர் காலத்தின் நம்பிக்கை
லட்சியங்களின் கருப்பை
பாலைவன வாழ்க்கையில்
ஒரு பனித்துளி
மூளை போட்ட முடிச்சுகளுக்கு
ரகசியமான விடுதலை...
இப்படி எல்லாமாக இருக்கும்
கனவுகளை
விட்டு விலகியதாய்
வேஷம் போடாதே

எல்லாவற்றையும்
இழந்த பின்னாலும்
கடைசியாய் மனிதனிடம்
கனவுகள் மிச்சமிருக்கும்

வாழ்வின் சாரத்தையே
தனக்குள் சேகரித்து வைத்திருக்கும்
கனவுகள் மட்டும்
உன்னிடமிருந்தால்
போதுமானது.
அடைய விரும்பும் இலக்கை
அம்பாகத் தொடுவாய் நீ

கனவற்ற உறக்கம்
பிணங்களுக்கே சாத்தியம்
கனவற்ற பூமி
சுடுகாடு.

கனவற்ற வாழ்க்கை வாழ
கடவுளாலேயே முடியாது
அவரே
கல்கி அவதாரத்தில்
கவனித்துக் கொள்ளலாம்
என்ற கனவோடுதான்
நம் அக்கிரமங்களைச்
சகித்துக் கொண்டிருக்கிறார்.

நம்பிக்கை

அலாவுதீனின் அற்புத விளக்கே
அணைந்து போனாலும்
திருப்பிக் கொளுத்த
ஒரு தீப்பெட்டி உண்டு
அதன் பெயர் -
நம்பிக்கை.

நட்பெனப்படுவது

முட்டையை விதைத்துக்
கோழிகளை அறுவடை செய்ய நினைக்கும்
முட்டாள் நண்பனே...

உன் அறியாமைக்கு
என் அனுதாபங்கள்

நீ நினைப்பது போல்
நட்பு என்பது
வியாபாரமோ விபச்சாரமோ
அல்ல.

குறைந்த முதலீட்டில்
அதிக லாபம் ஈட்டித் தரும்
வியாபார சூத்திரங்களைக்
கைவிட உன்னால் முடியாது

உரசியும் சிரித்தும் பேசி
வெட்கமின்றி
எல்லாவற்றையும் விட்டுக் கொடுத்துக்
கடைசியில் சோரம் போக
என்னால் முடியாது
நம் மதிப்பீடுகள்
வேறு வேறானவை

உன் அகராதிப்படி
நண்பன் என்பவன்
வியாபாரச் சங்கிலியில்
ஒரு கண்ணி

எனக்கோ அவன்
ஆன்மாவின்
சுயதரிசனக் கண்ணாடி

உன்னை நானும்
என்னை நீயும்
சந்திக்க வைத்த
சமூக ஓட்டம்
இப்போது இருவரையும்
பிரித்துக் கொண்டிருக்கிறது.

இதை அறியாமல்
நீ என் நிழலை
சிலுவையில் அடிக்கிறாய்
அங்கே கசியும் ரத்தம்
என்னுடையதல்ல...
உன்னுடையதே.

மயக்கம் தெளி...
நண்பனே...
இனியேனும் வாழ்க்கையில்
யாராவது ஒருவருக்கு
உண்மையாக இரு.

குறைந்தபட்சம்
உன் மனசுக்காவது
ஆம்! உனக்கேனும் நீ
நண்பனாக இரு

பிருந்தா சாரதி

நாய் படும் பாடு

வாலாட்டும் நாய்களை
நினைத்தால்
வருத்தமாய் இருக்கிறது
எனக்கு.

வாழ்க்கை எல்லாம்
வாலாட்டினாலும்
அவை பெறப்போவது -
ஒரு சில ரொட்டித் துண்டுகளைத்
தவிர வேறென்ன?

குரைக்கும் நாய்களுக்காவது
அவ்வபோது சில
இறைச்சித் துண்டுகள்
கிடைத்து விடுகின்றன.

ஆனால்
வாலும் இல்லாமல்
வாயும் இல்லாமல்
வாடும் நாய்களே
நாட்டில் அதிகம்.

தன் மாமிசத்தைத்
தானே பிடுங்கித் தின்னும்
அவற்றின் அவலத்தை
யாரால் தீர்க்க முடியும்?
--- நாய் வண்டிக்காரனைத் தவிர.

ஆயுதங்களின் வரலாறு

பாவம் போர்வாள் ---
தற்போது அது
வெறும் அழகு சாதனப் பொருள்.

போர்வாளை வீசி எறிந்துவிட்டு
யுத்த தேவதை தன் கைகளில்
துப்பாக்கியை
ஏந்திவிட்டாள்

தன் உறை மீது
சிலந்திகள்
வலை பின்னுவதைப்
பார்த்த பின்பும்
வாளாயிருக்கிறது வாள்

எண்ணற்ற வீரர்களின்
இதயத்துடிப்பை நிறுத்தி
சரித்திரத்தின் இதயத்துடிப்பை
ஒலிக்கச் செய்த போர்வாள்
இன்று வெறும்
கண்காட்சிப் பொருளாகிவிட்டது.

அறைச் சுவருக்கு ஒரு
அலங்காரமாகிவிட்ட
அந்த உலோக நாக்கு
ரத்தச் சுவையை இனி
கற்பனையில் மட்டுமே
ருசிக்க முடியும்.

கற்கால ஆயுதங்கள்
பிற்காலத்தில்
கருவறை தெய்வங்களாக
ஆகிவிட்டன.

போர்வாளோ இப்போது
சுவரில் ஒரு காயம் போல்
காட்சி அளிக்கிறது

துப்பாக்கிகளின் வாழ்வு கூட
நிரந்தரமானதல்ல
ஒரு காலத்தில் அவை
தள்ளாடும் மூதாட்டிகளுக்கு
ஊன்றுகோல் ஆகலாம்

யுத்ததேவதை
அப்போதும் சலித்துக்கொள்ளாமல்
அணுக்கரு ஆயுதங்களைத்
தன் மஞ்சத்திற்கு
அழைப்பாள்

வழக்கம்போல்
சமாதானக் கொடி அங்கே
படுக்கை விரிப்பாகும்.

முள்பாதை

நீ சின்ன முள்
நான் பெரிய முள்
நம்மைச் சேர்த்து வைத்த
வினாடி முள்தான்
நம்மைப் பிரிக்கவும் செய்தது
)

இரவின் காட்சிகள்

அமிலத் தொட்டிக்குள்
விழுந்து துடிக்கிறது
என் வாலிபம்

இரவின் வெப்பம் தாளாமல்
உருகி வழிகின்றன
உன் நினைவுகள்

பூ,கிளி என்று
பகலில் வரைந்த
படிமங்கள் எல்லாம் சிதைந்து
சிறகுகள் முளைத்த உள்ளாடைகளே
இரவின் காட்சிகளாயின

காமத்தின்
கறுத்த விரல்களால்
நம் காதலின் முகத்தில்
ஒரு கேள்விக் குறியை
வரைந்துவிட்டு---
மெல்ல விலகிச் செல்கிறது
இரவு.

ச(ண்)டை

அழகாகச்
சீவி முடித்திருக்கிறாள்
அவள் தன் கூந்தலை
என் மனசில்தான்
ஏராளமான சிக்கல்கள்

▶

உன்னைப் பாராத தினங்கள்
நாட்காட்டியில் இருந்து
உதிர்கின்றன
கண்ணீர்த் துளிகளாக.

▶

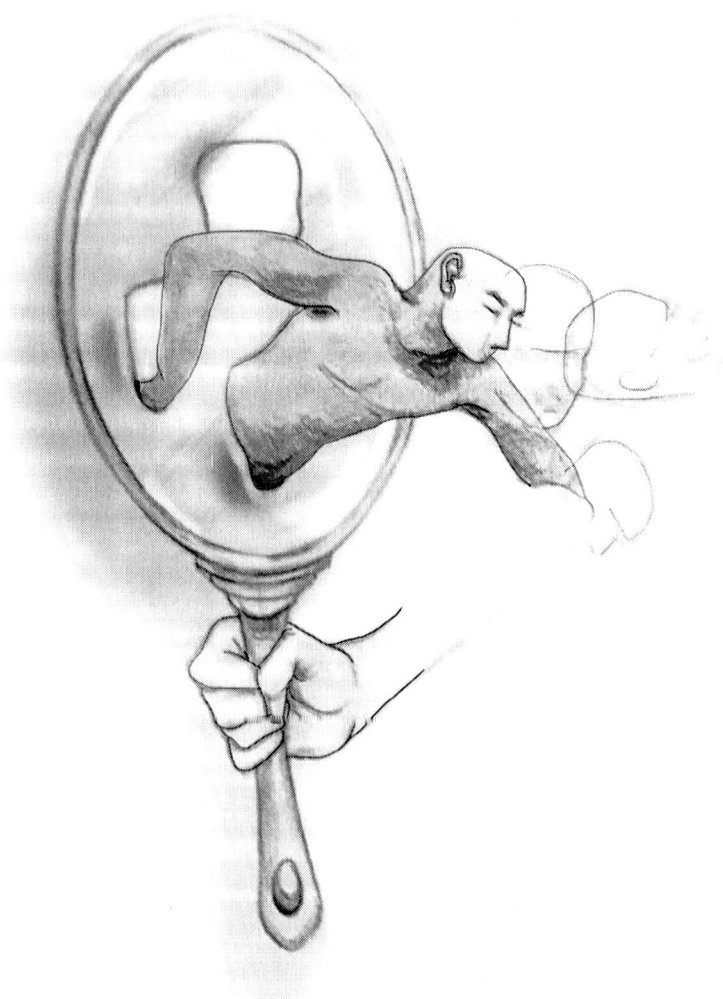

கண்ணாடியின் காதலன்

கண்ணாடியை இம்சிக்காமல்
தயவு செய்து
விலகிச் சென்றுவிடு

போகும்போது
ஆணி அடித்து அதில் நீ
மாட்டி வைத்திருக்கும்
உன் பிம்பத்தையும்
கழற்றிக் கொண்டு போ

யாராலும் சகித்துக் கொள்ள முடியாத
உன் முகத்தை
நீண்ட நேரம் பார்க்கச் சொல்லி
அதை ஏன்
நிர்பந்தம் செய்கிறாய்?

உனக்கு வேண்டுமானால்
உன் பிம்பம்
அழகானதாகத் தோன்றலாம்...
ஆனால் கண்ணாடிக்கு?

நீ விலை கொடுத்து
வாங்கியது தான்
ஆனாலும்
கண்ணாடி உன் அடிமை அல்ல

காலியாக இருக்கும்
கண்ணாடியில்
உன் உருவத்தை
ஊற்றி ஊற்றி நிரப்புவதால்
என்ன லாபம்?

நீ விலகிச் செல்லும் வினாடியே
உன் பிம்பத்தை அது
உமிழ்ந்து விடப் போகிறது

கண்ணாடியில் பூசப்பட்டிருக்கும்
ரசத்தை
உன் பிம்பம்
உரித்து உண்ணுவதற்கு முன்
தயவு செய்து
விலகிச் சென்று விடு.
குறைந்த பட்சம்
உணவு இடைவேளையாவது
விடு .

நிழல்

அவரவர் நிழலை
அவரவர் பொறுக்கி
சின்னதோர் சிமிலில் அடைத்து
நாளை காலைக்குள்
காவலர் வசம்
ஒப்படைக்க வேண்டும்

தவறினால்
தக்க தண்டனை என
அரசாங்க அறிவிப்பு
முழங்கிற்று

நிழலைப் பொறுக்கும் முயற்சியில்
மண்ணைத் தோண்டினர்
சில பேர்

காலை அறுத்தால்
கையோடு வருமென்று
முடவராயினர் சிலபேர்

'நிழலும் ஆன்மாவும்' என்று
புத்தகம் எழுதினர் சிலபேர்

சிமிழ் தொழிற்சாலை
தொடங்கினர் சிலபேர்

கைவசமாகா நிழலைக்
கைப்பற்ற
மந்திரவாதியின் தாயத்தை
நாடினர் சிலபேர்

பிருந்தா சாரதி

அவரவர் நிழலின்
அருமை புரியாத
மந்தை மனிதருக்கு
வெளிச்சம் ஒரு கேடா என்று
கடலில் குதித்தான் சூரியன்.
▶

நிழல் வேதாந்தம்

நீரில் நனையாது
நெருப்பில் எரியாது
ஆயினும் என்ன?
இருளில் தொலையும்
நிழல்கள்.
▶

நிரந்தரக் கூண்டுகள் : எலியும் கிளியும்

(ஒரு மாளிகை. அதன் வரவேற்பறையின் அழகிய தங்கக் கூண்டில் ஒரு பச்சைக் கிளி. இரவு பிடிக்கப்பட்ட எலி ஒன்று பெட்டியுடன் வாசலுக்குக் கொண்டுவரப்படுகிறது. கூண்டுக்கிளி பொறியில் சிக்கிய எலியைப் பரிதாபத்தோடு பார்க்கிறது. அப்பொழுது..)

எலி :

க்ரச்... க்ரச்...

கிளி :

கீக்... ... கீக்ஞ்... கீகீக்... கீ...

எலி :

ஏன் சிரிக்கிறாய்?
மரண தண்டனை
விதிக்கப்பட்ட
கைதி நான்
எனக்காக அழுவதற்கு
உனக்கு அனுதாபம்
இல்லாவிட்டாலும்
தயவுசெய்து
சிரிக்காமலேனும் இரு.

கிளி:

அன்பரே...
அருள்கூர்ந்து என்னை
மன்னித்துவிடுங்கள்
உங்களைப் பார்த்தல்ல -
நான் நம்
வாழ்க்கையை நினைத்துச்
சிரித்துக்கொண்டிருக்கிறேன்

பிருந்தா சாரதி

நீங்கள்
: மரண தண்டனைக் கைதி
என்றால்
நான்
ஆயுள் தண்டனைக் கைதி
இரண்டு கைதிகளில்
ஒருவர் மற்றவரைப் பார்த்துச்
சிரிப்பதற்கு
எங்கே இடமிருக்கிறது?

எலி :
அதுசரி...
நானாவது இந்தப் பொறியிலிருந்து
தப்பித்துச் செல்ல
எலிப் பெட்டியின்
மரச் சுவர்களைச்
சுரண்டிக் கொண்டிருக்கிறேன்
நீ ஏன்
கூண்டை விட்டுப்
பறந்து செல்ல
முயற்சியே
செய்யாமல் இருக்கிறாய்?

கிளி :
கீக்கீ... கீ... கீக்கீ...
உங்கள் சுரண்டல் புத்திதான்
இன்றைய உங்கள்
நிலைமைக்குக் காரணம்.
மேலும் மேலும் நீங்கள்
சுரண்டுவதைப் பார்க்கும்போது
எனக்குச் சிரிப்புத்தான்
வருகிறது.

பிருந்தா சாரதி

அதிருக்கட்டும்
என்னதான் நீங்கள்
முயற்சித்தாலும்
இந்தப் பொறியிலிருந்து
தப்பிச் சென்றுவிட முடியாது
நானும் ஆரம்பத்தில்
கூண்டை உடைத்துக்கொண்டு
பறந்து விடத்தான் பார்த்தேன்.
ஆனால் ---
கம்பிகளில் மோதி
என் சிறகுகள் ரணமானதுதான்
மிச்சம்.
பின் இந்தத் தங்கக்கூண்டையே
தாய் வீடாய்
நேசிக்கத் தொடங்கிவிட்டேன்.

எலி :

உனக்கு சுதந்திரமாக வாழ
விருப்பம் இல்லையா?

கிளி :

எல்லோரும் சுதந்திரமாகவே
இருக்கிறார்கள் ----
அவரவர் கூண்டுகளில்
அடுத்தவர் கூண்டுக்குள்
தலை நீட்டும் போதுதான்
தலை வலியே
உருவாகிறது.

எலி :

அப்படி என்றால்
நம் விடுதலைக்கு
என்னதான் மார்க்கம்?

கிளி :

ஒரே ஒரு வழிதான்
இருக்கிறது.
வாழ்க்கையை அர்த்தமுள்ளதாக
ஆக்குவதும்
உலகத்தை அர்த்தமற்றதாக
ஆக்குவதும்
மரணம் என்ற ஒரே
மார்க்கம்தான்.

அதை நீயாகத்
தேடிப் போகத்
தேவையில்லை.
அதுவே உன் வாசல் கதவை
வந்து தட்டும் ---
கொல்லைப் புறக் கதவைப்
பூட்டி வைத்து விட்டு.

எலி :

பசுமை குலுங்கும் உன்
பருவங்களை எல்லாம்
பாழடித்துக் கொண்டு
ஏன் கண்ணீர்த் தத்துவம்
பேசுகிறாய்?

கிளி:

ஊரைச் சுரண்டி
உலகைச் சுரண்டிக்
கொண்டு வந்ததை எல்லாம்
தங்கள் வீடுகளில்
மறைத்து வைப்பார்கள்
மனிதர்கள்.

நீயோ அவர்களின்
வீட்டைச் சுரண்டி
உன் வளையில் கொண்டுபோய்
சேர்க்கிறாய்.
உன் சுரண்டல் தத்துவத்தை
விடவும்
என் கண்ணீர்த் தத்துவம் ஒன்றும்
கறை படிந்து போய்விடவில்லை.

எலி :

வேதாந்தம் பேசும்
விசித்திரக் கிளியே
உன் கண்களில் கசியும்
கண்ணீருக்குக்
காரணமென்ன?

கிளி :

உன்னைப் போல்
குற்றம் செய்ததற்குத்
தண்டனையாகக்
கூண்டில் நான்
சிறைப்படவில்லை.

எல்லோராலும்
புறக்கணிக்கப்பட்ட காடுகளில்
யாருக்கும்
தொல்லை தராத வழியில்
நான் என் உணவுகளைத்
தேடித் திரிந்தேன்.
என் அழகிய தோற்றமே
எனக்கு
ஆபத்தாய்ப் போனது.

பொதுவாக---
தண்டிக்கப்படுபவர்கள்
குற்றவாளிகளாக இருந்தால்
தப்பிச் செல்லப் பார்க்கிறார்கள்
நிரபராதிகளாக இருந்தால்
உலகின் நிலையை
உணர்ந்து
கண்ணீர் விடுகிறார்கள்.
அந்தக் கண்ணீரையும் திருடி
சிலர் உப்பு வியாபாரம்
செய்கிறார்கள்
ஆகவே நான்
வாழ்க்கையை விடுவிக்கும்
உண்மையான சாவியைத் தேடுகிறேன்

எலி:

(மகிழ்ச்சியுடன்)
அப்படியா?
அந்த சாவியை
கண்டுபிடித்து விடுவாயா?
என் எலிப்பொறியைத்
திறந்துவிட வழியிருக்கிறதா?

கிளி (சலிப்புடன்) :

ஐயோ.. என்ன சொல்லி
உனக்கு விளக்குவது?
உன் விடுதலைக்கான சாவியை
நீதான்
கண்டுபிடிக்க வேண்டும்

(தனது பற்களே தன் விடுதலைக்கான சாவி என முடிவெடுத்து எலிப்பெட்டியை ஆவேச வெறியுடன் சுரண்டுகிறது எலி. சகிக்க முடியாத அந்த சப்தத்தால் எரிச்சலடைந்த ஒருவர் அறையிலிருந்து சுருக்குக்

பிருந்தா சாரதி

கயிற்றோடு வருகிறார். எலி தன் கடைசி சுவாசங்களை முடித்துக் கொள்கிறது)

கிளி :
    எலியாவது தான் ஒரு
    கைதி என்பதைப்
    புரிந்துகொண்டு இறந்தது
    ஆனால்,
    இந்த மனிதர்கள்...
    கிக்கீ... கிக்கீ... கீ...

பொம்மலாட்டம்

நிரந்தரம் இல்லாதது
நிழலின் உருவம்
அசைந்தாடும் திசைகள் கூடத்
தாமே தீர்மானிக்க
இயலாதது.

எல்லாச் சுதந்திரங்களையும்
ஒளியின் கையில்
ஒப்படைத்துவிட்டு
எப்படி அதனால்
குதூகலமாக
இருக்க முடிகிறது/

என் ஆசைப் பொம்மைகளுடன்
முடியப்பட்டுள்ள நூலை
உன் கையில்
ஒப்படைத்து விட்டு
நான் மகிழ்ச்சியோடு
கும்மாளம் இடுகிறேனே...
அதுபோல்தானா?

ஊமை

இரைச்சலும் சந்தடியும்
நிறைந்த இந்த உலகில்
உங்களுக்காக நான்
சேமித்து வைத்திருக்கும்
செல்வம் ---
மௌனம்

முனிவர்கள் கூறுகிறார்கள் :
மௌனமே அழகு
மௌனமே லட்சியம்
மௌனமே கடவுள்

எல்லோருக்கும்
பகிர்ந்தளிக்க முடிந்த
அப் பெரும் செல்வத்தை
எனக்குள் நான்
அனுபவிக்க முடியவில்லை

ஓயாத பேச்சு
சலியாத முணகல் என
உள்ளுக்குள்
பெரும் சப்தக் கிடங்கை
--- ஒலிக் குப்பைகளைச் ---
சுமந்துகொண்டு
அலைகிறேன்

சமயங்களில்
அதை வெளியே
கொட்ட நேரும்
அவமானக் கறைகளையும்
பூசிக் கொள்கிறேன்

ஊமைகள்
மொழிகளால் விடுதலை
அளிக்கப்பட்டவர்கள்
எனச் சமாதான வார்த்தைகளைக்
கூறிக் கொண்டாலும்
என்னால்
சகித்துக் கொள்ள முடியவில்லை -
வாயால் பேசாமல்
எல்லோரும் என்னிடம்
சைகளால் பேசுவதை.

தூய்மை

தூய்மையாகத்தானே
இருக்க வேண்டும்?
சரி... பேச்சை நிறுத்து.

ஏன் நீண்ட நேரமாகப் பேசி
காற்றையும் மனசையும்
அசுத்தம் செய்கிறாய்?
▶

மக்களுக்காக... மக்களே... மக்களால்...

சிறகுகள்
அறுக்கப்பட்ட பிறகு
சிட்டுக் குருவிகளுக்குச்
சுதந்திரம் கொடுக்கப்பட்டது.

அடைக்கலம் கேட்டன.
அவை -
விறகுகள் எரியும்
அடுப்பிடம்.
◗

அன்றும் இன்றும்

அன்று சொன்ன வார்த்தை:
எனக்குள் நீ
பூவில் மகரந்தம்
சருகானாலும்
பிரிவில்லை நமக்குள்

இன்று எழுதிய கவிதை:
நம் உறவு -
மேகத்தில் மழைத்துளி
என்றேனும் ஒருநாள்
பிரிவதே நியதி

கண்ணீர்

கண்ணீரைத்
தானம் செய்ய முடியாது.
ஏனென்றால்
அது இரத்தமல்ல.

கண்ணீரை
விற்க முடியாது
ஏனென்றால்
அது வியர்வை அல்ல.

கண்ணீரைப்
பருக முடியாது
ஏனென்றால்
அது பால் அல்ல

என்ன செய்யலாம்
கண்ணீரை?
யோசித்தால்
கண்ணீர்தான் வருகிறது.

பெண்

எச்சரிக்கை

கூண்டுக்கிளியின்
சிறகைப் பிடுங்கித்
தூரிகை செய்கிறாய் நீ.
ஆனால் ஓவியனே,
அதன் அனாதை இரைச்சல்
உன் ஓவியத்தின் குரூரத்தை
ஓயாமல் ஒலிபரப்பும்
▶

தீ

நீ வேடிக்கை பார்க்கலாம்.
ஆனால் என்னை
நெருங்கிவிட முடியாது.

என்னைத் தழுவக்
காற்றை மட்டுமே
நான் அனுமதிப்பேன்.

என்னை வளர்ப்பதற்கும்
அணைப்பதற்குமான
ஆண்மை பொருந்திய
காற்றே என் காதலன்.

நான் வெறிகொள்ளும் போது
என்னோடு ஒன்றிவிடுகிற
அவனுக்கு நீ
ஈடாக முடியுமா?

நெருங்காதே ஈசலே,
என் அழகெனும் வெப்பம்
நீ குளிர்காய
வளர்க்கப்பட்டதல்ல.

துருப்பிடித்த ஆணிகள்

துருப்பிடித்த ஆணியால் கீறி
என் இதயச் சுவற்றில்
என்ன எழுத முயல்கிறாய்?

ஆடவனே,
என் பெண்மையின் உறுதி
உன் வன்முறையின் எதிரில்
தோற்றுவிடும்
என்பது தானே
உன் எதிர்பார்ப்பு?

பலமுறை நீ என்
இதயக் கதவுகளை இடித்தாய்

ஓயாமல் இரைச்சல் போட்டு
என் சந்தோஷப் பொழுதுகளைச்
சங்கடப்படுத்தினாய்

இதனால் எல்லாம்
காதல் சுரந்துவிடுமா?
பஞ்சுப் பொதியில்
பாயுமா ஈட்டிகள்?

திரைச்சீலையில்
ஓவியம் தீட்ட
தேவை ஒரு தூரிகை.
உன் கைவசம் இருப்பதோ
துருப்பிடித்த ஆணிகள்.

நவீன நாடுகடத்தல்

இன்று எனது திருமணம்
வேருடன் பிடுங்கப்பட்டு
வேறு நிலத்தில்
நடப்படுகிறேன்.

காற்று, வானம், பூமி
எல்லாம் புதிது.
தட்ப வெப்பமோ
தலைகீழ்.

மீண்டும் மண்ணுக்குள்
வேர் இறக்கி நிலைப்பதற்கு
எத்தனை அவஸ்தைகளோ?

நாற்றாங்காலில் இருந்து
விளைநிலத்தில் நடுவது
அவசியம் என்று சொல்கிறார்கள்.

இன்று என் வேர்கள்
நான்கு திசைகளிலும்
ஊடுருவிப் பரவி உள்ளன.

எவ்வளவோ பாறைகளைத்
தகர்த்து முன்னேறி
நீர்ச்சுனைகளின்
திசைகளை அறிந்தேன்.

திடீரென இப்போது
இந்த இடமாற்றம்

ஏறக்குறைய இது
ஒரு நாடுகடத்தல்.

என் வேர்களின் போராட்டம்
தொடர்கிறது

மறுபடியும் பாறைகள்...
விஷப்பூச்சிகள்..
புயற் காற்றுகள்...
இருளைக் குடைந்து
மீண்டும் சுனைகளை
அடைவேன்

பூக்களை நீங்கள்
பறித்துக்கொள்வீர்கள்
▶

கல்கி பொன்விழா கவிதைப்போட்டியில் பரிசு பெற்ற கவிதை

அக்னி சாட்சி

தீ சாட்சியாகத்தான் எரிகிறது
எதிரில் எரியும்போது
ஆனால்,
மனசுக்குள் அப்படி அல்ல -
நிமிர்ந்தெழுகிறது என் ஆயுதமாக

இந்த திருமண வைபவத்தில்
எரியும் தீயில்
நீங்கள் நெய்யை ஊற்றுவீர்கள்
நான் கண்ணீரை
நீங்கள் சுள்ளிகளை அடுக்குவீர்கள்
நான் என் கனவுகளை
நீங்கள் மந்திரங்களை உச்சரிப்பீர்கள்
நான் என் வறண்ட மௌனங்களை.

தீ உங்களுக்கு ஒரு கருவி
உங்கள் வழக்கில்
எனக்கு எதிராக
நீங்கள் அழைத்து வரும் சாட்சி.
ஆனாலும் அது
உங்கள் இருண்ட இதயங்களை
எனக்குக் காட்டிக்கொடுக்கிறது -
மௌன சாட்சியாக.

இந்த அக்கினி எதற்காக?
என் தூரிகையைப் பிடுங்கி
அதில் எறிந்துவிட்டு
சமையல் கரண்டிகளை
என் கையில் திணிக்க.

கலை நாட்டிய மேடையில்
நான் கால்களில் அணியும்

சலங்கைகளை அறுத்து
அதில் எறிந்துவிட்டு

கனத்த விலங்குகளைப் பூட்டி
உங்கள் படுக்கை அறைகளில்
என்னைப் பூட்டி வைக்க.

பரிசுகளாய்
அன்று நீங்கள் கொடுக்கும்
ஒவ்வொன்றுமே ஆபத்தானவைதான்

மஞ்சள் கயிறு -
உங்கள் சந்தேக மனங்களின்
ஆறுதலுக்காக
எனக்குக் கட்டப்படும்
மூக்கணாங் கயிறு

மெட்டி -
உங்கள் பயணச் சுமைகளை
இழுத்துச் செல்லும் எனக்கு
அடிக்கப்படும் லாடங்கள்.

பட்டுச்சேலை -
என் உடல் சுதந்திரத்திற்கு
நீங்கள் போடும் சிறை

தீ
இதுவரை எரிந்தது -
உங்களுக்கு சாட்சியாக
இனிமேல் எரியும் -
எனது ஆயுதமாக.

துயரத்தின் நடைபாதை

விழிகள்
கண்ணீரின் வாசல்கள்தான்
என்றாலும்
துயரத்தின் நடைபாதையாக
இருக்கக் கன்னங்கள்
மறுக்கின்றன.

இதயத்தின் காயங்கள் வழியே
அழுகிறேன் இன்று.

உன் மணிக்கட்டின் மீது
முளைத்த ரோமங்களில் ஒன்றை
நீயறியாமல்
வெடுக்கெனப் பறித்தபோது
உன் இமைகள் இரண்டிலும்
கரை கட்டியது கண்ணீர்.

அன்று உன் துயர்கண்டு
குதூகலித்தேன் -
ஒரு பேதையாய்.
இன்று என்மேனி வயலில்
யாரோ ஒருவரின் ரோமங்கள்
நாற்றுகளாய் நடப்படலாம்

எதிர்ப்பின்றி அதனை நான்
ஏற்றுக்கொள்ள வேண்டும்.
ஏனென்றால்
இது என் முதலிரவு.

பிருந்தா சாரதி

விளக்குகளும் இதயமும்
அணைந்து விட்ட
இந்த இருளில்
என் கடைவிழியில்
திரளும் கண்ணீர்
நம் காதலுக்கு முற்றுப்புள்ளிகள்...

மாலையிட்டவன் கண்களுக்கோ
அதுவே என்
ஆனந்தத்தின் அறிகுறி.

மனைவி என்றொரு கோட் ஸ்டாண்ட்

உன் சோகம் சுமை கனவுகள்
யாவற்றையும்
என் மீது சுமத்துவாய் -
என் அனுமதியை
எதிர்பார்க்காமல்

அதேபோல்
அவற்றில் சிலவற்றைக்
கழற்றியும் செல்வாய் -
என்னிடம் எதுவும்
கூறாமலேயே.

உன்னோடுதான் நான்
நட்புக் கொள்ள
முடியாது போயிற்று.
உன்னால் அணிவிக்கப்படும்
சுமைகளோடும்
---எப்போது இவை
விடை பெறப்போகின்றனவோ
என்ற என்
திகிலுணர்வால் -
ஒரு வார்த்தை கூட
பேச இயலவில்லை

எனக்கான
நிரந்தர சொந்தம்
உன் வீட்டுக் காரைச் சுவர்
மட்டுமே,
அது -
ஆணிகளால் பிணைக்கப்பட்ட
சொந்தம்.

பிருந்தா சாரதி

நிலம் சூழ்ந்த தீவு

என் தேவைகள்
உனக்குப் புரிவதில்லை.
நான் வேண்டுவதெல்லாம்
வெறும் சொற்கள்.
நம் பிரிவின் தூரத்தை
வெல்லும் சொற்கள்.

நீ இல்லாத வீடு
நிலம் சூழ்ந்த ஒரு தீவு
காத்திருக்கிறேன் நான்
உன் கடிதங்களுக்காக.

தபால்காரனின் வருகைக்காகத்
தவமிருக்கும்
இந்த அற்ப ஜீவனை
நினைப்பதற்கு நேரமில்லாமல்
அரேபிய மணல்வெளிகளில்
நீ கருகிக் கொண்டிருக்கிறாய்

ஒவ்வொரு காலையிலும்
தன் துருப்பிடித்த சைக்கிளைத்
தள்ளிக் கொண்டு வரும்
தபால்காரன்
ஒரு மெல்லிய புன்னகையோடு
நம் வீட்டைக் கடந்து செல்கிறான்.

அவனது கேரியரில்
வயிற்றை முட்டிக்கொண்டு
வீற்றிருக்கும்
தபால் பை

அலட்சியமாக
என்னைப் பார்த்து சிரிக்கிறது.

அதைப் பார்க்கும் போது
யார் மேல் என்று தெரியாமல்
எனக்குள் ஒரு பொறாமை
அரும்புகிறது
கூடவே உன் மேலான வெறுப்பும்.
▶

அயல் மகரந்தச் சேர்க்கை

பரிசுத்தமான பால் கிண்ணம்
உன் உதடுகளின்
தீண்டுதலுக்காகக் காத்திருக்கிறது.
நீயோ நெடி வீசும்
சாராயக் கலயங்களை
நாடிச் செல்கிறாய்

உனக்காக ஆக்கப்பட்ட
அன்னம்
அனாதையாக ஆறிக்கொண்டிருக்கிறது
நீயோ
ஈ மொய்க்கும்
தின்பண்டங்களைத்
தேடிச் செல்கிறாய்

கவர்ச்சிகரமான
காகிதப் பூக்களோடு
நீ நடத்துவது
மலட்டு மகரந்தச் சேர்க்கை
அல்லவா?

இங்கே என்
கூந்தலில் சூடிய முல்லை
மெல்ல மெல்ல அவிழ்ந்து
அதன் நறுமணம்
வீதி வரை பரவுகிறது.

உனக்காக
எதிர்பார்ப்போடு காத்திருக்கும்
என் மௌனத்தை

உடைத்துப் போடுகிறது
வீட்டைச் சுற்றிச் சுற்றி வரும்
ஒரு மிதிவண்டிக்காரனின்
மணியோசை.

சந்தேகப் பிராணி

என் இதய ஓலத்தின்
எதிரொலி போல்
எங்கிருந்தோ கேட்கிறது -
ஒரு குழந்தையின் அழுகுரல்.

நீண்ட நேரமாக
இரவின் கருத்த வெளியைத்
துளைத்துச் சென்று
எங்கேனும் ஒடுங்கிவிட
ஒரு தாய்மடியை
அது தேடி அலைகிறது.

அதற்கொரு ஆறுதலை
இந்த இரவில்
யார் தரப்போகிறார்?

நான்கு சுவர்களுக்குள்
கைதிகள் போல
முடங்கிக் கிடக்கும்
நம் இருவரில்
உனக்குத் தூக்கமில்லை
எனக்கு நிம்மதியில்லை.

உன் பாழ்பட்ட சந்தேகம்
என் மேனியின்
ஒவ்வொரு அணுவையும்
வெறுப்போடு
உற்று நோக்குகிறது.

உன் சந்தேகக் கண்களுக்கு
என் சதையைத்
தாண்டிப் பார்க்கும்
சக்தி ஏது?

இதயத்தில் இருப்பது
உன் ஒரு பெயர்தான்
முன்பு பூவெழுத்துக்களால்
இப்போது தீக்காயமாக.

ரகசியக் கடல்

பெண் மனம்
ஒரு ரகசியக் கடல்

எந்த ஆணாவது
அந்தக் கடற்கரை ஈரத்தில்
காலாற நடந்து
சுவடுகள் பதித்ததுண்டா?

அவனது
உணர்ச்சி அலைகளுக்கிடையே
நீந்தி வர
எவரேனும் நினைத்துண்டா?

அன்றாடம்
அம்மிக் கல்லில் அரைபடுவது
வெறும் மிளகாயும்
மல்லியும்தானா?

பெண் -
விடுதலைச் சிறகை
விற்றுவிட்ட பறவை

அவள் தன் ஆசைகளைப்
பற்றவைத்த பிறகுதான்
ஒவ்வொரு வீட்டிலும்
அடுப்பெரிகிறது

தன் ஒரே இதயத்தால்
கணவன் குழந்தைகள்
எல்லோரது இரத்தத்தையும்

அவளே சுத்திகரிக்கிறாள்

ஆயினும்
அவளது வானம்
அடுப்படிப் புகையில்
கரைந்து கொண்டிருக்கிறது.
▶

இருளில் தொலைந்த நிறங்கள்

தாரில் மூழ்கி எழுந்ததைப் போல்
தாயிருக்கத்
தங்க நிறம் எடுத்து வந்த
தவக் கொழுந்தே!

உன்னை உறங்க வைக்க
நான் பாடிய தாலாட்டைக் கேட்டு
எனக்குள் உறங்கிய
இன்னொரு பாடல்
விழித்துக் கொண்டு விட்டது.

உன்னைப்
பெற்றுக் கொள்வதற்கு முன்
நான் கற்றுக் கொண்டது
அப்பாடல்.

இதயத்துடிப்பின் ஓசையையே
பின்னணி இசையாகக் கொண்டு
நெஞ்சில் சுழன்ற
அந்தப் பாடல்
இன்று இதயத்தில் ஒரு
கம்பளிப்பூச்சியாக ஊர்ந்து
அருவருப்பூட்டுகிறது

ஆன்மாவின் மீது
கறை படிந்துவிட்டால் என்ன?
பிம்பங்களை
ஒப்பனை செய்து கொள்ளத்தானே
எல்லோரும் விரும்புகிறார்கள்.

பிருந்தா சாரதி

தனது தந்தையாரிடம்
உனது தந்தையார்
இரவுக்கு நிறபேதம் இல்லை
என்பதை சொல்ல முடியாதாம்.

கறுப்பர்களின் காலடிச் சுவடுகள்
அவர்களின்
வெள்ளை மாளிகையில்
விழக் கூடாதாம்.

பிஞ்சுப் பூவே
என் நெஞ்சில் உறைந்திருக்கும்
கண்ணீர்ப் பனிக்கட்டி
உருகி வழிந்து
தாய்ப் பாலையும் கரிக்கச் செய்கிறதா?

ஏன் பசியாறாமல்
வீறிட்டழுகிறாய்?

இல்லை தாய்ப்பாலிலும்
கறுப்பு வெள்ளை பேதத்தை
நீ கண்டுகொண்டாயோ?

உதிர்ந்த திலகம்

நிலவில் இரத்தம் கசிவது
இன்னும் ஓயவில்லை
ஆனால்,
இரத்தத்தின் ஊடே
ஓடிக் கொண்டிருந்த
தொடர் வண்டிகளின் இரைச்சல்
ஓய்ந்துகொண்டுள்ளது.

காலம், வெளி எல்லாம்
மறந்துவிட்டது.
மனமெங்கும்
கொட்டிக் கிடக்கிறது இருள்.

என் நிழலையே
நான் அணைத்தபடி -
காற்றுடன்
மனக்குமுறல்களைப்
பகிர்ந்தவாறு,
உறக்கம் வராத இரவுகளைப்
பெரும் பாறைகளை
நகர்த்துவது போல்
நகர்த்துகிறேன்

வறண்டு போன இதயம்
ஒரு மழைத்துளியை
எதிர்பார்க்கிறது.
ஆனால்,
எனக்கு முன்னால்
அடுக்கப்படுவதோ
கானல் நீர்க் கோப்பைகள்.

பிருந்தா சாரதி

கூட்டிக் கூட்டிப் போடுகிறான்
குமாஸ்தா
கழிகிறது வாழ்க்கை
▶

கடிகார முள் குத்திய காயங்கள்
கண்களில்
அலுவலகக் காலைகள்
▶

குப்பைத் தொட்டியும் பூக்கடையானது
அழுகிய மலர்களின்
குவியல்.
▶

அழுகிய முட்டையை
அடைகாக்கும் கோழிகள்...
வாக்காளர்கள்.
▶

மண் குதிரை முதுகில்
சிறகை மறந்த
காகம்.

◗

மூளையைச் சுற்றிச் சிலந்திவலை
பையன் கையில்
பாடப்புத்தகம்

◗

நன்றிக் கடன்
ரத்த தானம் கொடுத்தவனுக்கே
விஷ ஊசி.

◗

பாலைவனத்தில் அஸ்தமனம்
மணலில் புதைந்தது
சூரியன்.

◗

காதல் கவிதைத் தொகுப்பு
பாவம்... அவனுக்குப்
பாஷை தெரியாது
▶

மந்திரியின் மாப்பிள்ளை
வரதட்சணை கேட்டார் ---
ஒரு வாரியத் தலைவர் பதவியை.
▶

கதகதப்பு தருகிறது கம்பளி
குளிரில் வாடக்கூடும்
ஆடுகள்.
▶

தூண்டில் முள்வரை
மீனின் சுதந்திரம்.
▶

புன்னகை புரியட்டும்
தீபங்கள்
காற்றே மிரட்டாதே.
▶

வல்லரசுகள் பறக்கவிடுகின்றன
சமாதானப் புறாக்களோடு
ஏவுகணைகளையும்
▶

தலைநகரை மாற்றிவிடலாம்
தஞ்சாவூருக்கு
தேசமெங்கும் தலையாட்டி பொம்மைகள்.
▶

காலமும் வாசகர்களுமே தீர்மானிக்கட்டும்

கவிதை எழுதும் முனைப்பு எண்பதுகளில் மிகத் தீவிரம் பெற்றது. புதுப்புது கவிப் பிரிவுகளும், கவிதை என்பதற்குப் புதுப்புது விளக்கங்களுமாய் கவிதா மண்டலம் மூச்சுத் திணறியது. தான் எழுதியதே கவிதை என்பதில் ஒவ்வொருவரும் தீர்மானமாக இருந்தனர். தப்பித் தவறி எவரேனும் குறை சொல்லிவிட்டால் சொன்னவரை இரண்டிலொன்று பார்த்துவிட்டுத்தான் ஓய்ந்தனர். இந்தப் பயங்கரங்களுக்கு மிரண்டு விட்ட நல்ல விமர்சகர்களுக்கு பதுங்கிக் கொண்டுவிட கவிதா பிரம்மர்களுக்கு எட்டுத்திசையும் பதினாறு கோணங்களும்; ஆகாயமும் பாதாளமும் ஒரே எட்டில் கடக்கும் தூரமாகிப் போயின.

துவேசமும் தூற்றலும்; கிண்டலும் கேலியுமாய் கவிதை செய்பவர்கள் கவிதையைத் தவிர மற்றவற்றில் ஈடுபட்டு அதையே கவிதையெனச் சாதிக்கவும் துணிந்துவிட்டனர். இதில் நல்ல கவிதைகளுக்கு ஏங்கித்தவிக்கும் தரமான இலக்கிய வாசகர்கள் மகாமகக் கூட்டத்தில் மாட்டிக்கொண்ட குழந்தைகளாய் திணறி நிற்கின்றனர். எவர் பக்கமும் வால் பிடிக்க விரும்பாமல் நல்ல கவிதைகளுக்கு மட்டுமே, மரியாதை காட்டும் இத்தகையோருக்காக, கவிதைத் தொகுப்புகளைத் தரவேண்டுமென்ற ஆர்வம் எங்களுக்கு. அதன் விளைவாக வெளிவரும் நூல்களுள் பிருந்தா சாரதி அவர்களின் கவிதைத் தொகுப்பும் ஒன்று.

இதிலுள்ளவை கவிதைகளா - நல்ல கவிதைகளா? என்பதையெல்லாம் காலமும் வாசகர்களுமே தீர்மானிக்கட்டுமென விட்டுவிடுகிறோம்.

நல்லவை எனில் விளக்கி எழுதுங்கள். மோசமானவை எனில் விரிவாக விமர்சித்து எழுதுங்கள்.

உங்களின் அபிப்ராயங்கள் அடுத்த வெளியீட்டிற்கு, எங்களுக்கு மிகவும் உபயோகமாக இருக்கும்.

சக்தி பதிப்பகத்தார் (1992)

முதல் பதிப்பில் பொன் விஜயன் எழுதிய பதிப்புரை

பின்னிணைப்பு

நடைவண்டி பயிலும் பிருந்தா சாரதியின் கவித்துவம்
முனைவர் ந.முருகேசபாண்டியன்

தமிழ் போன்ற பாரம்பரியமும் வரலாற்றுச் சிறப்பும் மிக்க மொழியைக் கையாளுகிற கவிஞன், சமகால வாழ்க்கைக்கு நெருக்கமான உணர்வுடன் கவிதையையும் வாழ்க்கையை அணுகிட வேண்டியுள்ளது. முன்னெப்போதையும்விட சிக்கலாகிக் கொண்டிருக்கும் சூழலில், கவிஞன் முந்தைய தலைமுறையினர் அறியாத விஷயம் குறித்து யோசிக்கிற நிலையில், கவிதை வரிகள், அறிவு சார்ந்த உணர்வு அனுபவமாக மாறுகின்றன. நாளும் மாற்றங்கள் பல்கிப் பெருகிடும்போது, யதார்த்த வாழ்க்கை எளிமையானதாக இல்லை. கவிஞர் என்ற நிலையில் மொழியின்மீது ஆதிக்கம் செலுத்த முயலுகிறபோது, பதிவாகிற சூழல் குறித்த அவதானிப்புகள் கவனத்திற்குரியன. கவிதை என்பது கருத்தியலின் வெளிப்பாடு என்ற நிலை மாறி, மனித இருப்பின் பன்முகத்தன்மையானது, சொற்களின் வழியாக உருவாக்குகிற மனப்பதிவுகள் தனித்துவமானவை. நடைவண்டியை ஓட்டிக்கொண்டு கவிதை உலகில் யார் வேண்டுமானாலும் நுழைந்திடும் சூழலில், கவிஞர் பிருந்தா சாரதியின் தொடர்ச்சியான கவிதை முயற்சிகள் கவனத்திற்குரியன. 1992ஆம் ஆண்டில் தனது முதல் கவிதைத் தொகுதி மூலம் அறிமுகமான பிருந்தா சாரதியின் கவிதைகளை 25 ஆண்டுகளுக்குப் பின்னர் மறுவாசிப்பிற்குள்ளாக்கிடும் போது ஏற்படுகிற மனப்பதிவுகள் முக்கியமானவை.

'சதுரங்கம்' என்ற பிருந்தா சாரதியின் தொடக்ககாலக் கவிதையே கவனத்திற்குரியது. சதுரங்க விளையாட்டின் விதிகள் துல்லியமாக வரையறுக்கப்பட்டிருந்தாலும் காய் நகர்த்துதல் ஒருநிலையில் புதிர்கள் நிரம்பியதாகி விடும். நகர்த்த முடியாத காய்கள்/ என்று எதுவுமில்லை/

அவற்றை நகர்த்துவதற்கான/ பாதையை நீ அறியவில்லை எனத் தொடங்குகிற கவிதை வரிகள், சதுரங்க விளையாட்டுக்கு அப்பால் வேறு ஒன்றை வாசிப்பில் சுட்டுகின்றன. விளையாட்டு என்றால் வெற்றிxதோல்வி என்ற எதிரிணைக்கு அப்பால் புதுமையாகச் சொல்வதன் மூலம் கவிதை வாசிப்பில் தனித்து விளங்குகிறது.. எல்லைகள் விரிந்து கிடந்தாலும்/உன் கைகளின் சுதந்திரம்/ கட்டப்பட்டிருக்கிறது/ என்பதை உணர் எனக் கவிஞர் சொல்வது திடீரெனக் கவிதையின் மொழிதலை வேறு ஒன்றாக மாற்றுகிறது. சதுரங்கப் பலகையும் அணிவகுத்து நிற்கிற காய்களும் மனதில் உருவாக்கிடும் சித்திரம், வாழ்க்கை அனுபவங்களைப் பதிவாக்கியுள்ளது. பிருந்தா சாரதி 'சதுரங்கம்' கவிதையின் வழியாக உருவாக்கித் தந்திருக்கிற பிம்பங்களை வாசகன் ஏற்கும்போது, விழிப்புணர்வு மட்டுமின்றி, சூழலையும் புரிந்துகொள்ள நேரிடுகிறது. உனக்கிருக்கும்/ ஒரே சுதந்திரம்/உன் எதிரியுடன்/ கை குலுக்குவது மாத்திரமே என்ற இறுதி வரிகள், இன்றைய வாழ்க்கை குறித்த பகடி என்று சொல்ல முடியும். இங்கு யாருக்கும் அசலான தேர்வு என்பது சாத்தியப்படாத சூழலில் யார் நண்பர்? யார் எதிரி? என்று வரையறுப்பதுகூடச் சிரமம். கூர்மையான முரண் என்ற எதிர்நிலைக்கு மாறாகச் சுதந்திரம் என்ற சொல்லின் அர்த்தம், அபத்தமாகிப் போவதன் விளைவாகத்தான் கை குலுக்க நேரிடுகிற நிர்பந்தத்தைப் புரிந்திட முடியும். சிறந்த கவிதையானது வாசக அனுபவங்களை ஆழமாகவும் அகலமாக்குகிறது என்ற கூற்று, பிருந்தா சாரதியின் சதுரங்கம் கவிதைக்குப் பொருந்துகிறது.

'நட்பெனப்படுவது' கவிதை நட்பு என்ற ஒற்றைச் சொல்லின் பின்னால் பொதிந்திருக்கிற அரசியலை உரத்த குரலில் பதிவாக்கியுள்ளது. சமூகம், நட்பு என்ற சொல்லுக்கு உருவேற்றி வைத்துள்ள புனித மதிப்பீடுகள், நடப்பில் சிதலமாகிற யதார்த்தமானது ஏற்படுத்திய கசப்பில் ததும்பிடும் வரிகள், அழுத்தமாக வெளிப்பட்டுள்ளன. நட்பின் காரணமாக இருவரிடையே உருவான தொடர்பு என்றால், அதில் பிரிவு சொல், நாணயத்தின் மறுபக்கம் போன்று நிதர்சனமான உண்மை. காலங்காலமாகத் தாய்மை, நட்பு, காதல் என மனிதர்கள் போற்றுகிற உணர்ச்சிகளின் மறுபக்கம் கவனத்திற்குரியது. நட்பு குறித்துப் போற்றிடும் தமிழ்க் கவிதை மரபில், பிருந்தா சாரதி நண்பன் பற்றி விவரிக்கிற கவிதையானது, புதிய அனுபவத்தை புதிய வேகத்தோடு சொல்வதால், வாசிப்பில் அதிர்வை ஏற்படுத்துகிறது. கவிஞரின் இளமைப் பருவத்தில் எழுதப்பட்டதால் கவிதை மொழியானது செறிவடையாமல், உணர்ச்சிகளின் குவிமையமாகத் தேங்கியிருப்பது, நட்பெனப்படுவது கவிதையின் பலவீனமான அம்சமாகும்.

நல்ல கவிதையின் இலக்கணம் என்பது, கவிஞரின் சுதந்திரமான வெளிப்பாடுதான். சங்க காலம் தொடங்கி தமிழ்க் கவிதைப் பாரம்பரியம் அதிகாரத்திற்கு எதிராகக் குரல் எழுப்புகிறது. தன்னிச்சையான மனவோட்டமும் சுய சிந்தனையும் மிக்க கவிஞன் யாருக்கும் எதற்கும் அடிமையாக

இருப்பது இல்லை. ஒடுக்கப்பட்ட சமூகத்தின் குரலாகப் பொங்குகிற கவித்துவ வரிகள், வாசிப்பின் வழியாக ஏற்படுத்துகிற அரசியல் அதிர்வுகள் முக்கியமானவை. பிருந்தா சாரதியின் 'ஆயுதங்களின் வரலாறு' கவிதை இரண்டாயிரமாண்டு சமூக வரலாற்றில் ஆயுதம் வகித்த/வகிக்கிற பாத்திரம் குறித்து நுட்பமான விமர்சனங்களை முன்வைத்துள்ளது.

> எண்ணற்ற வீரர்களின்
> இதயத் துடிப்பை நிறுத்தி
> சரித்திரத்தின் இதயத்துடிப்பை
> ஒலிக்கச் செய்த போர்வாள்
> இன்று வெறும்
> கண்காட்சிப் பொருளாகி விட்டது

மனித குல வரலாற்றின் பக்கங்களில் காலந்தோறும் நடந்த போர்களில் மனிதர்கள் சிந்திய குருதியின் கவிச்சி அடிக்கிறது. ஆயுதம் என்பது ஒவ்வொரு காலகட்டத்திலும் ஏதோவொரு காரணத்தை முன்னிட்டுச் சகமனிதர்களைக் கொன்றழிப்பதற்கான கருவியாக விளங்குவதைக் கண்டறிந்த கவிஞர் முன்னர் வாள், இப்பொழுது துப்பாக்கி, நாளை அணு ஆயுதம் என விவரிப்பது, துல்லியமான அரசியல் கவிதையாகும். யுத்த தேவதை என்ற சொல்லாட்சி ஏற்படுத்துகிற காட்சி தனித்துவமானது. வரலாறு முழுக்க ஆதிக்கத்திற்காக ஆண்கள் செய்த/செய்கிற கொடூரமான யுத்தங்களின் விளைவுகள் ஒருபுறம் எனில், யுத்தத்தைக் தேவதை எனப் பெண் பாலாக உருவகிப்பதில் காத்திரமான ஆண் மேலாதிக்க அரசியல் பொதிந்துள்ளது

சங்க காலப் பாடல்கள் தொடங்கிப் பொருள் வயின் பிரிந்துபோன கணவனுக்காகக் காத்திருக்கிற பெண்ணின் துயரமும் வலியும் தமிழ்க் கவிதையில் அழுத்தமாகப் பதிவாகியுள்ளன. நவீன வாழ்க்கைப் பரப்பில் பெரும் மாற்றங்கள் வந்துவிட்டதாக நம்புகிற சூழலிலும், பெண்ணின் இருப்பு இரண்டாயிரமாண்டுப் பாரம்பரியத்தில் தொடர்கிறது. பிருந்தா சாரதியின் 'நிலம் சூழ்ந்த தீவு' தமிழ்க் கவிதை மரபின் தொடர்ச்சியாக நீள்கிறது. என் தேவைகள்/உனக்குப் புரிவதில்லை எனத் தொடங்குகிற கவிதையில் எந்தவொரு இடத்திலும் பெண் என்ற அடையாளம் எதுவும் இல்லை. நீ இல்லாத வீடு/நிலம் சூழ்ந்த ஒரு தீவு என விரிந்திடும் வரிகளில் வெளிப்படுகிற ஏக்கம், நிச்சயம் பெண்ணின் மன உணர்வுதான். அரேபிய மணல்வெளியில் சுட்டெரிக்கிற பாலை வெயிலில் கருகிக்கொண்டிருக்கிற மணவாளன் என்ற மற்றமை குறித்த அனுபவம், கவிதையை வேறு தளத்திற்கு நகர்த்துகிறது. பெண்ணின் மனதுடன்

ஒத்திசைந்து வெளிப்பட்டுள்ள கவிதை வரிகள், பிருந்தா சாரதியின் புனைவாக்கத்திற்குச் சான்றாக விளங்குகிறன.

'கண்ணாடியின் காதலன்' கவிதை வரிகள்மூலம் கவிஞர் சொற்களால் வருணிக்கிற காட்சியானது வாசிப்பில் ஏற்படுத்துகிற காட்சியில், மனித உணர்வுகள் தொக்கியுள்ளன. கவிஞரின் தன்னுணர்வற்ற அபோதமான நிலையில், மனதில் தொகுக்கப்பட்டு வகைப்படுத்தப்பட்ட அனுபவங்களின் செறிவாகக் கவிதை வெளிப்பட்டுள்ளது.

கண்ணாடியை இம்சிக்காமல்
தயவுசெய்து
விலகிச் சென்றுவிடு
போகும்போது
ஆணி அடித்து அதில் நீ
மாட்டி வைத்திருக்கும்
உன் பிம்பத்தையும்
கழற்றிக்கொண்டு போ

கண்ணாடி என்ற விநோதமான பொருள் பிரதிபலிக்கிற உருவம் என்பது இயற்கையானது என்ற மரபான புரிதலுக்கு மாறாகக் கண்ணாடியைச் சமமானதாக கருதி விவரிந்துள்ளன கவிதை வரிகள். அன்றாடம் காண்கிற கண்ணாடியுடன் எவ்விதமான கேள்விகளும் அற்று தொடர்ந்திடும் உறவில், இருண்மையாகப் பொதிந்துள்ள விஷயமானது எதிர்நிலையில் கவிதையாகியுள்ளது. காலியாகி இருக்கும்/ கண்ணாடியில்/ உன் உருவத்தை/ ஊற்றி நிரப்புவதால்/ என்ன லாபம்? எனக் கேட்கிற பிருந்தா சாரதி கண்ணாடியை முன்வைத்து அற்புதமான காட்சியை உருவாக்கியுள்ளார். பிம்பம் எனக் கண்ணாடிக்குள் தெரிகிற சித்திரம் ஒருவகையில் மாயம் போலச் செயலாற்றுகிறது. ஆனால் மனிதர்கள் ஒவ்வொரு நாளும் கண்ணாடிக்குள் தன்னை அறிந்திட முயலுவதும் வேடிக்கைதான். எளிய மொழியிலான கவிதை போலத் தோன்றினாலும், கவிதைக்குத் தொடர்பான செய்தி அடுத்து இடம் பெறும் என எதிர்பார்க்கும்போது, அது சொல்லாமல் தவிர்க்கப்பட்டிருப்பதால், வரிகளுகக இடையில் மௌனம் பொதிந்திருக்கிறது எனச் சொல்ல முடியும். அந்த மௌனம் கண்ணாடியைப் போல மர்மம் மிக்கதாகக் கவிதையை மாற்றுகிறது.

நடைவண்டி கவிதைத் தொகுப்பின் மூலம் தனது அனுபவங்களை வெளிப்படுத்தியுள்ள பிருந்தா சாரதியின் படைப்பாக்கத்தில் கவித்துவச் செறிவிற்கான அடையாளம் நுட்பமாகப் பதிவாகியுள்ளது. வெறுமனே

கவிஞராகத் தன்னை வெளிப்படுத்துவதைவிடக் கவிஞருக்குள் தகித்திடும் வாழ்வியல் அனுபவங்கள், பெரிதும் கவிதை வரிகளாகியுள்ளன. கவிதை என்பது அழகியல் சார்ந்து ரசனை வயப்பட்டது என்ற பார்வைக்கு மாற்றாகக் கவிதை வரிகளால் சமூகத்தில் சிறிய அதிர்வை ஏற்படுத்த முடியாதா? என்ற ஆவேசம்தான் பிருந்தா சாரதியின் கவிதைகளுக்கான அடித்தளமாக அமைந்துள்ளது.

(மதுரை மன்னர் திருமலை நாயக்கர் கல்லூரியில்
06.02.2018 அன்று நடைபெற்ற 'பிருந்தா சாரதி கவிதைகள்
ஆய்வரங்கம்' நிகழ்வில் வாசிகப்பட்ட கட்டுரை.)

●